चतुरंग

दिलीप पुरुषोत्तम चित्रे यांचे इतर प्रकाशित साहित्य

कवितासंग्रह

कविता
कवितेनंतरच्या कविता
एकूण कविता – १
एकूण कविता – २
एकूण कविता – ३
एकूण कविता – ४
एकूण कविता : दिलीप पुरुषोत्तम चित्रे यांची समग्र कविता
दहा बाय दहा
दिलीप चित्रेकी कविताएँ
Travelling in A Cage (इंग्रजी कविता)

अनुवाद

An Anthology of Modern Marathi Poetry (Ed.)
Says Tuka

कथासंग्रह

ऑर्फियस

प्रवासवर्णन

शीबाराणीच्या शोधात

समीक्षा

पुन्हा तुकाराम

निबंध

तिरकस आणि चौकस
चाव्या
शतकाचा संधिकाल

नाटक

मिठू मिठू पोपट आणि सुतक

चतुरंग

दिलीप पुरुषोत्तम चित्रे

पॉप्युलर प्रकाशन, मुंबई

चतुरंग
(म-८०८)
पॉप्युलर प्रकाशन
ISBN 978-81-7185-650-3

CHATURANG
(Marathi : Novellas)
Dilip Purushottam Chitre

© २०२१, विजया दिलीप चित्रे

पहिली आवृत्ती : १९९५/१९१७
दुसरी आवृत्ती : २०२१/१९४३

प्रकाशक
अस्मिता मोहिते
३०१, महालक्ष्मी चेंबर्स
२२, भुलाभाई देसाई रोड
मुंबई ४०० ०२६

प्रमुख वितरक
पुस्तकवाला अँड कंपनी
फोन आणि व्हॉट्सअॅप : +९१ ८६२४९७७०२९
ईमेल : contact@pustakwalas.com
वेबसाइट : www.pustakwalas.com

जुन्यात जुना सर्वसाक्षी मित्र
आनंद दातार
आणि साक्षात वैचित्र्य
दामोदर प्रभू
ह्या दोघांना
ह्या कहाण्या भेट देत आहे.

प्रास्ताविक नोंद

रुधिराक्ष आणि **सॅफायर** ह्या दोन कादंबरिकांचा लेखनकाल १९६६ ते १९६८ च्या दरम्यानचा आहे. ह्या कादंबरिका लिहिण्यापूर्वी 'त्याची व्याली असे पोरे' ही कादंबरिका मी लिहिली होती. पण तिच्या हस्तलिखिताचे अपहरण होऊन ते प्रकाशकीय चाचेगिरीला बळी पडले. माझ्या परवानगीशिवाय आणि अपरिमित चुकांसह ते छापण्यात आले. त्यातला महत्त्वाचा मजकूर गाळण्यात आला आणि मूळ हस्तलिखित कायमचे गहाळ झाले. असो.

१९६२ पासून मी कथनात्मक आणि अकथनात्मक गद्य लिहू लागलो. माझ्या लेखनाची प्रमुख धारा काव्याची असली तरी कथा, नाट्य आणि अन्य प्रकारच्या गद्याद्वारासुद्धा मी वाङ्मयीन भाषेच्या आविष्कारक्षमतेचा शोध घेत राहिलो.

त्यात १९६० ते १९६८ हा काळ मोठा समृद्ध ठरला.

चित्रकला, छायाचित्रण आणि संगीत ह्या कलांमध्येही मी सक्रिय रस घेत होतो आणि ह्या सर्वांचा संयुक्त उपयोग मी पटकथालेखनात करत होतो. चित्रपटाचे लेखन आणि संकलन यांचा रियाझ करून चित्रपटदिग्दर्शनाला मी याच काळाच्या अखेरीस म्हणजे १९६८–६९ मध्ये सुरुवात केली. ह्या सर्व कलाप्रकारांचा माझ्या सृजनप्रक्रियेत परस्परसंबंध आहे. **चतुरंग**मधल्या चारही कादंबरिका आणि अगोदर प्रकाशित झालेल्या **ऑर्फियस**मधील बाराही कथांची शैली याची साक्ष देते.

रुधिराक्ष हा माझ्या एकूण लेखनातला एक निर्णायक टप्पा आहे. **रुधिराक्ष** आणि **सॅफायर** ह्या दोन कादंबरिका १९६०च्या दशकातल्या आहेत, तर **द फुल मून इन विंटर** आणि **एब्राहामची वही** १९८०चे दशक संपतानाच्या. म्हणजेच, **चतुरंग** ह्या पुस्तकातील लेखन विसेक वर्षांतल्या माझ्या कथाकादंबरी गद्याचे प्रातिनिधिक रूप आहे.

चतुरंगमधले एक अंतःसूत्र म्हणजे मुंबई शहराची त्यातली सृष्टी. इंग्रजीत

ह्या चार कादंबरिकांचे वर्णन मी 'बॉम्बे क्वार्टेट' असे करीन. हे चतुष्टय एकत्र वाचले जाणे माझ्या दृष्टीने महत्त्वाचे आहे.

दि. ५ डिसेंबर १९९४   – **दिलीप पुरुषोत्तम चित्रे**
पुणे

टीप : रुधिराक्ष प्रथम प्रकाशित झाली ती कोल्हापूरच्या 'शांतिदूत' नावाच्या दिवाळी वार्षिकात, कै. डी. एम. महंत यांच्या चित्रांसह. **सॅफायर** पुण्याच्या 'राजहंस' मासिकाच्या एका दिवाळी अंकात. दोन्ही सुमारे १९७०च्या आसपास. ह्या चारही कादंबरिका 'गुलमोहर' मासिकात रा. अनिल किणीकर यांनी पुन्हा छापल्या.

अनुक्रम

सॅफायर	३
रुधिराक्ष	७७
द फुल मून इन विंटर	१३३
एब्राहामची वही	१६९

सॅफायर

१

तुम्ही निळा रंग पाहिलाय का?—निळा? हा प्रश्न तुम्हाला अपमानास्पद वाटेल. मलाही वाटला असता. कारण वयाची तीस वर्षं जणू काय मीही निळा रंग पाहिलेलाच नव्हता.

रंगातही केवढे वर्ण असतात! केवढ्या छटा! एक निळा रंगच केवढा अपरंपार! एकाच रंगाच्या छटांचं इंद्रधनुष्य : या क्षितिजापासून त्या क्षितिजापर्यंत.

हो तो आकाशाचा रंग. पण आकाश रंग बदलतं. तो समुद्रातही दिसतो. पण समुद्रही रंग बदलतो. कोणाकोणाचे डोळे निळे असतात. पण डोळ्यांचाही रंग निश्चल नसतो.

घननीळ रंगापासून निळ्या शुभ्रतेपर्यंत कितीदातरी निळा रंग बदलतो. तुम्ही दुर्बिणीतून शुक्र पाहिलाय? शनी पाहिलाय? नेपच्यून पाहिलाय? तुम्ही निळी फुलं पाहिलीत? निळे पिसारे? निळा धूर? निळे ढग? निळं धुकं?

२

तुम्ही सॅफायर पाहिलाय का कधी? सॅफायर?

३

अंगठा आणि मधलं बोट यांच्यामध्ये तो खडा धरला होता. खोलीत जवळजवळ अंधारच. एक खिडकी तेवढी उघडी. मी हात उंच धरला. डोळ्यासमोर. अगदी डोळ्यासमोर. प्रथम वाटलं की हा तर अगदी मलूल दिसतो. मग डोळ्याजवळ नेला. पुष्कळ जवळ. खडाच दिसेल इतका जवळ. खड्याच्या गाभ्याकडे टक लावली. क्षणभरानं दुसरं सगळं दिसेनासं झालं. अत्यंत गहिरा,

खोल खडा. जसा मी एक शांत, पारदर्शक तेजाचा स्फोट हातात धरून उभा होतो. अनेक पैलू पापण्यांसारखे एकदम लवले. त्यांची उघडझाप झाली. मधोमध एक निळी ज्योत होती. अशरीर. जणू भोवतालचं सगळं अनाहूत निळेपण आकस्मिक एकत्र आलं होतं आणि त्याचंच एक तेजस्वी वलय झालेलं होतं. तेजाचा गर्भ नेहमीच मलूल असतो की काय कोण जाणे. त्या खड्याचं तेज अधोमुख, अंतर्मुख होतं. आतल्या आत त्याचं रूप आटलेलं होतं. सॅफायर. तुम्ही पाहिलाय? सॅफायर?

४

एक महासागर स्फटिकाएवढा लहान करा. कल्पनेनं खुडलेली चांदणी बोटावर जडवा. माध्यान्हीचं आकाश वितळवून आटवून त्याचा निव्वळ विस्तव डोळ्यापुढे धरा.

हे सगळं पारदर्शकसुद्धा हवं.

आणि तरी तुम्ही सॅफायरचं अनुकरण तेवढं करू शकाल. निळ्या रंगाच्या हृदयातलं प्रकाशाचं स्फटिक स्पंदन. भयंकर शांत.

५

तुम्हाला सॅफायर लाभेल का? बघा हो, जपून! बहुतेकांना धोका देतो. कदाचित त्याच्या निळ्या झोतात तुमचं सर्वस्व खाक होईल. प्रथम निजताना उशाखाली ठेवून पाहा. वाईट स्वप्न पडलं तर याच्यापासून दूर पळा. तो घरातसुद्धा ठेवू नका.

आणि लाभला तर?

तुमच्या नशिबाला तेजस्वी पंख फुटतील. तुम्ही नुसतं स्मित करून अनुमती द्या. तुमच्या सगळ्या जन्माला रतिक्रीडेचं स्वरूप येईल.

हवाय? सॅफायर?

६

मला भयंकर भूक लागलेली होती. खिशात एक पैसासुद्धा नव्हता. मला वाटतं १९५८ चा मे महिना असावा. मी बेकार होतो. वैतागलेला होतो.

डिग्री मिळाल्यापास्नं अपराधल्यासारखं झालं होतं. घरात फुकट जेवायला लाज वाटायची. सगळ्यांना चुकवून, पंगतीच्या वेळा टाळून, घाईघाईनं खाऊन घ्यायचो आणि सार्वजनिक लायब्ररीत जाऊन बसायचो. तसाच गेलो तिकडे. सगळे लोक बेकार किंवा रिटायर झालेले किंवा कुठेही बसायला निवांत जागा नाही म्हणून कावलेले, पण त्यातल्या त्यात निदान मराठी वर्तमानपत्रं वाचण्याइतके साक्षर. सगळ्यांचे कपडे मळकट पण पांढरेच बहुधा. मानेवर घामाचे ओघळ. कुबट वाफा यायच्या. वाचनालयात रेल्वेच्या वेटिंगरूममधल्या पंख्यांसारखे प्रचंड पात्यांचे मंदगतीनं चालणारे पंखे आणि रेल्वेतल्याच जातीच्या ब्रिटिश जमान्यातल्या वेताची बैठक आणि पाठ असलेल्या, झोपण्यासाठीच बनवलेल्या आरामखुर्च्या होत्या. शिवाय एक प्रचंड लंबगोलाकार टेबल आणि विसेक खुर्च्या जागरूक वाचकांसाठी वेगळ्याच. वर्तमानपत्र वाचायचे स्टँड होते तिथं उभ्यानं वाचावी लागायची आणि आपल्या पाठीमागून, शेजारून वगैरे तेच पान किंवा त्याच्या मागलंपुढलं पान वाचणारे दोन–तीन चिरडीला आलेले लोक हमखासच असायचे. दहा–बारा मराठी, इंग्रजी दैनिकांची पानं चारेक तासांत सहज वाचून व्हायची. मग रजिस्टरातील यादी वाचून पुस्तकांची नावं निवडायचो. विषय आणि लेखक अशा दोन्ही प्रकारच्या सूच्या होत्या. शिवाय कार्डं होतीच. लायब्रेरियन म्युनिसिपल कॉर्पोरेशनच्या कारकुनांच्याच कंटाळलेल्या जातीचा असला तरी अधूनमधून हवं ते पुस्तक काढून द्यायचा. मग पिवळट, फाटक्या कागदांवरला मजकूर प्रचंड आरामखुर्चीत पडून वाचताना डोळ्यांवर झापड यायची. वाचनालयात झोपायची सक्त मनाई होती. शिपायाला चहाला पैसे दिले तरच तो झोपलेल्याला उठवायचा नाही. एरव्ही जागं करून तंबी देणार. खरंतर भुकेचं झोपेत सहज रूपांतर करता येतं. आणि अनेक भुकेलेले लोक भुकेचा विसर पडावा म्हणून वाचन करता करता झोपून जातात किंवा डोळे अर्धवट उघडे ठेवून पेंगत जागं असल्याची बतावणी करतात. मला काही भरल्यापोटी उगाचच झोपायची सवय नव्हती. भुकेपासून संरक्षण होण्यासाठी मी स्वतःला एक प्रकारची हुकमी गुंगी आणू शकायचो. पण झोपायची मनाई! तरी मी थोडा वेळ एका जुन्या पेपराआड झोपलोच. उठलो तेव्हा अडीच वाजले होते.

खूप विचार न करताच सुमित्राकडे जायचं ठरवलं. मुख्य म्हणजे भूक. ही बाई नेहमीच पाहुणचार बऱ्यापैकी करते. बरं, तशी तिला अक्कलही चांगल्या

अर्थानं कमीच. फुकटच्या चौकशा, उलट तपासण्या कधी करायची नाही. भलते प्रश्नही विचारत नाही. उगीच उपदेश करत नाही. सल्ला देत नाही. आपल्या अडचणी फारतर सांगत बसते. अपमान करत नाही. बेकार असलो तरी उलट कौतुकच करते. एवढा विचार केला आणि गेलो.

७

आता खरंतर डोक्यात सगळंच मिक्स होऊन गेलंय. गेलो तर खराच. म्हणजे नेहमीच जायचो. तेव्हा बरेच महिने रोजच दुपारी जात होतो. पण नेमकं अमुक दिवशी झालेलं काही आठवत नाही. वेगवेगळ्या वेळेचे तपशील एकत्र आठवतात आणि एक भलताच काल्पनिक दिवस तयार होतो. म्हणजे दिवसाची बेरीज काल्पनिक, पण घडलेलं सगळं सुटं सुटं आपापल्या वेळी खरोखरच घडलेलं. आठवणार नाही तर काय? तेव्हा एक सुमित्रा तेवढी होती. पाणी तापवायच्या बंबासारखी पक्की घरगुती पण उपयुक्त. तिच्याभोवती तिचा सगळा साग्रसंगीत संसार होता. दोन मुलं : एक मुलगी, एक मुलगा. तिचा नवरा, दीर, सासू- सगळे. संध्याकाळच्या वेळी सगळीच माणसं त्या दोन खोल्यांत इकडे किंवा तिकडे असायची. मी संध्याकाळीसुद्धा तिच्याकडे जायचो नाही असं नाही. वेगवेगळ्या वेळी जायचो. कधी तिच्याबरोबर डॉक्टरकडे जा, कधी तिला बाजारातून काही वस्तू आणून दे, कधी तिचे निरोप पोचव असं मी करायचा. पण खरं माझं जाण दुपारचंच होतं. लायब्ररीतून आळस देऊन पडल्यानंतरचं. भूक लागलेली असतानाचं. सुमित्रा कशीही असो मला भूक लागलीय असं कधी सांगायला लावलं नाही तिनं. तिला ठाऊकच असायचं न सांगता. पण मला त्याची जाणीव करून देऊन तिनं कधी लाजवलं नाही. काही बायांचं बरंच असतं हे एक. कधी कधी आपल्याला भयंकर रागही येतो स्वतःचाच किंवा त्यांचाही वैताग, पण त्या आपली स्वतःच्या समजुतीप्रमाणे सतत काळजी घेत असतात तसा काहीच संबंध नसताना. म्हणजे तशी एक फार चांगली सवय असते त्यांना. हल्ली अशा बायका कमीच. पण सुमित्रा नक्कीच तशी होती.

८

मी गेलो तर सुमित्रा जरा निराळ्याच मूडमध्ये— गंभीर. माझी काही

चौकशीसुद्धा केली नाही. अर्थात वांग्याची भाजी चाखायला दिली चपातीशी आणि वर चहासुद्धा नेहमीप्रमाणे. मग गप्प गप्पच स्वेटर विणायला बसली. तेव्हा यातलं मला काहीच कळत नव्हतं. पण तिला परत दिवस असावेत असा मी स्वेटरच्या आकारावरून अंदाज केला.

"अरे आमचे अलाहाबादचे दीर वारले रे अचानक! हे आज सकाळी गेले सासूबाईंना घेऊन."

"वारले?" मी अलाहाबादचे दीर नुसते ऐकून होतो तिच्या बोलण्यात. आणखी काय बोलणार?

"ॲक्सिडेंट झाला! काय ते सगळं अजून कळलं नाही. काल तार आली." थोडा वेळ विणतच बसली. मग म्हणाली, "हट्टापायी नुकसान झालं! दुसरं काय?"

हे काही मला कळलं नाही. मी आश्चर्यानं विचारलं, "म्हणजे कसं?"

"अरे, गेली दोन वर्षं त्यांना वाईट अनुभव येतोय तरी बोटातली अंगठी काढायला तयार नाहीत सॅफायरची. सॅफायर म्हणजे नीलम म्हणतात तो खडा रे! आपण त्याला नील किंवा शनीसुद्धा म्हणतो. फार प्रभावी असतो. लाभतो एखाद्यालाच. एरव्ही सत्यानाश करतो. आता ह्यांचंच बघ ना! आमच्या दिरांचं! जाऊबाईंना वेड लागलं. ग्रॅज्युएट झालेला मुलगा काहीतरी भानगड करून पळून गेला. धंद्यात खोट आली. पण हे काही केल्या ती अंगठी काढीनात बोटातून. जाणत्यांनी सांगून झालं की तेवढा शनी काढून टाका हातातून. पण त्यांचा विश्वास नव्हता. फार कौतुकानं अंगठी करून घेतली होती खडा आवडला म्हणून. काही मागचापुढचा विचार केला नाही. खुद्द जवाहिऱ्यानं दिलेला सबुरीचा सल्ला मानला नाही. आता काय झालं? सर्वनाश!"

मी कुतूहलानं ऐकत राहिलो. कारण माझ्या आजोबांबद्दलही अशीच एक गोष्ट मी एकदा ऐकली होती.

विणता विणता सुमित्रा म्हणाली, "पण काय खडा होता रे, अप्रतिम! अंगठीच सुंदर होती सगळी. प्लॅटिनममध्ये जडवलेला मोराच्या गळ्याच्या रंगाचा गडद निळा खडा! कसा निळा रंग होता म्हणून सांगू? असला निळा रंग तू पाहिलासुद्धा नसशील. तू पाहिलायस सॅफायर कधी? इंद्रनील! नीलम! छे:! भलतंच तेज! मी पाहिला तर मलाही हवासा वाटला एकदम. पण

आपल्यासारख्यांना कुठून परवडणार एवढा भारी खडा? आणि आपल्याला तर भीतीच वाटते, बाई! लाभला नाही तर? बापरे! नकोच तो विचार!''

९

सुमित्रा माझ्याहून सहा-सात वर्षांनी मोठी होती आणि दोन बाळंतपणानंतर जरा बेढब झालं होतं तिचं अंग. पण मूळची सुंदर. केवड्याच्या पानांसारखा तिच्या बोटांचा रंग होता. त्यावर निळ्या खड्याची अंगठी झळकून दिसली असती. ऐकता ऐकता मला वाटलं की आपल्याला कधीकाळी खूप पैसे मिळाले तर ह्या सुमित्राला एक सॅफायरची अंगठी घेऊन द्यावी. पण सॅफायर नेमका कसा दिसतो? डोळ्यांसमोर येईना. कधी पाहिलाच नव्हता.

१०

सात वर्षं गेली. मी अजून सॅफायर पाहिलाच नव्हता. माझं लग्न झालं. मला मुलगा झाला. नोकरीनिमित्तानं मी देशाटन करून आलो. गावोगाव हिंडलो. उपासमार, बेकारी आणि सार्वजनिक लायब्ररी यांचा तर मला विसरही पडला.

नाही म्हणायला भलत्याच वेळी, अनपेक्षित ठिकाणी सॅफायरची दंतकथा मात्र उजळून निघाली.

११

आजोबांची गोष्ट दरम्यान पुन्हा एकदा निघाली. ते वारले १९२२ मध्ये. माझे वडील जेमतेम सात-आठ वर्षांचे असताना. आजोबा ऐन उमेदीच्या वयात फारच अचानक अकल्पितपणे वारले. आजोबा मुंबईला आले तेव्हा निष्कांचन होते. एका झवेऱ्याच्या पेढीवर नोकरीला लागले. त्यांना म्हणे रत्नांची पारख उत्तम होती आणि व्यापारी व्यवहाराचं उपजत कौशल्य असावं. एखाद्या जादूगाराप्रमाणे त्यांनी पैसा कमावला. लोकांची अशी समजूत होती की ते रमलविद्येत, काब्बालामध्ये पारंगत होते. कोणी म्हणतं की त्यांना कर्णपिशाच वश होतं आणि ते तांत्रिक साधक होते. एवढी गोष्ट खरी की अवघ्या पाच-दहा वर्षांत ते लाखोपती झाले. शेअर बाजारातल्या उलाढाली असोत, रेसच्या टिप्स असोत, करोडपती लोक आजोबांचा सल्ला घेत. एक गूढ वलय त्यांच्याभोवती

निर्माण झालं होतं. गरिबीतून वर आलेले त्यांचे मध्यमवर्गीय कुटुंबीय त्यांना भिऊन असत. त्यांची ऊठबस मुंबईच्या सर्वोच्च श्रीमंत वर्तुळांमध्ये असायची : भाटिया, गुजराथी जैन, मारवाडी, पारशी, बोहरा, खोजा वगैरे जातींच्या व्यापाऱ्यांमध्ये त्यांचा वावर असायचा. ज्या झवेऱ्याच्या पेढीवर ते काम करायचे तिथल्या काही व्यवहारांमध्ये त्यांना म्हणे भागीदाराचं कमिशन मिळायचं.

आजोबांचा शेवट अल्पशा आजारानं तडकाफडकी झाला. लोक म्हणतात की गूढ विद्येपायीच त्यांचा अंत झाला. कोणीतरी त्यांना मूठ मारली म्हणे. त्यामुळे त्यांना रक्ताच्या उलट्या होऊन त्यांची शुद्ध गेली. शुद्ध जाईपर्यंत त्यांना जीवघेण्या वेदना झाल्या आणि म्हणे स्मशानात त्यांच्या देहाला अग्नी देईपर्यंत ती 'मूठ' त्यांच्या प्रेताभोवती 'फिरत' होती.

हे सगळं कल्पित असेल. अडाणी, भोळ्या माणसांच्या अंधश्रद्धेतून एका यशस्वी माणसाच्या आश्चर्यकारक चरित्राचं रहस्यमय दर्शन असेल. पण आमच्या घराण्यात गेल्या दोन पिढ्या हे कहाण्यांच्या रूपानं घिरट्या घालतंय. कोणी सांगावं, दंतकथा वातावरणात राहतात आणि खऱ्या आयुष्यावर त्यांचे चमत्कारिक, अनपेक्षित संस्कार होत राहतात. देशांच्या, भाषांच्या, कुटुंबांच्या बासनांतल्या दंतकथा अनेक पिढ्यांची चरित्रं घडवतात.

१२

सॅफायर!

माझ्या आजोबांकडेही एक सॅफायर होता. ही खरी गोष्ट का? याचा माझ्याकडे कोणताच पुरावा नसला तरी माझी अशी पक्की समजूत आहे की अतिमानुष प्रभावाच्या एका निळ्या रत्नांचा त्यांना मोह पडला असावा. आजोबा रत्नपारखी होते, तर त्यांना निश्चितच ठाऊक असणार की लाखात एखाद्याला असलं रत्न लाभतं तर शंभरातल्या नव्याण्णवांना त्याच्यामुळे फटकाच बसतो. एवढं ऐकल्यावर सर्वसाधारण माणसं अशा रत्नांचा मोह टाळतील. आजोबांना मात्र तो मोह आवरेनासा झाला. ज्योतिष, काब्बाला, रमल, तंत्रसाधना आणि गूढविद्यांचा अभ्यास केल्यामुळे कदाचित त्यांना आपल्याला हे रत्न लाभेल अशी चिन्हं दिसली असतील, सूचना मिळाली असेल, किंवा भ्रम झाला असेल; कोणीतरी एखाद्या ग्लासात निळंभोर, तेजस्वी पेय ओतून द्यावं आणि म्हणावं की शंभरातल्या नव्याण्णव लोकांसाठी हे

कालकूटासारखं जालीम ठरतं खरं, पण ज्या एखाद्याला हे लाभतं त्याला अमरत्व आणि आजन्म तारुण्य प्राप्त होतं. तुम्हाला असा ग्लास कोणी दिला तर तुम्ही काय कराल? आजोबांनी तो स्वीकारला असता. मीही, मला वाटतं, स्वीकारला असता. अमरत्वाची चव घ्यायला नव्हे, पण मृत्यूची लज्जत चाखायला; घोट घेईपर्यंतच्या धाडसाचा चित्तथरारक अनुभव घ्यायला. असली माणसं विरळाच असतील, पण प्रचंड मोठा चान्स घेतल्यामुळे जर ते यशस्वी झालेच तर इतर त्यांच्या यशानं थक्क होतील. म्हटलं तर ह्यालाच जुगारी वृत्ती म्हणतात. पण जुगाऱ्याचं भाग्य नावाची गोष्टसुद्धा असतेच! निषिद्ध गोष्टी करून बघण्याची, विचित्र प्रयोग स्वतःवरच करायची माझी लहानपणापासून सवय आहे. जे जे निषिद्ध आहे त्याचं मला जबरदस्त आकर्षण वाटतं. म्हणूनच असेल, मला वर्षानुवर्षं सॅफायरचा वाढता ध्यास जडला. आणि तरीही अजून मी तो खडा पाहिला नव्हता!

तुम्ही नाही ना पाहिला अजून सॅफायर? पाहू नकाच. त्याचं निळं स्मित तुमच्यावर हिप्नॉटिझम करील.

१३

कधी कधी मी नेमका उलटाही विचार करतो.

सॅफायर म्हणजे तरी काय? नुसता दगड. केवळ दुर्मीळ म्हणून मूल्यवान.

पण साधी काचसुद्धा एखाद्या वेळेस अशी उजळून चमकून जाते की दुसऱ्या कशाशी तिची तुलनाच व्हायची नाही.

फार जवळून पाहिलं तर जगातील प्रत्येकच वस्तू अपूर्व, आकर्षक आणि रहस्यमय वाटते. ज्यांना आपण साधे म्हणून कमी लेखतो तेही अनुभव बारकाईनं निरखून पाहिले तर ब्रह्मगाठीसारखे कधी न उकलणारे आणि तरीही अविरत स्वारस्य उत्पन्न करणारे असतात.

१४

सॅफायर कशाला शोधा?

क्वचित अत्यंत साधा, निरिच्छ होऊन मी चौपाटीवर फिरलोय. अस्तित्वाबद्दल आभार मानत; मोकळा, थोडा दिलगीर, पण ओलावलेला. तेव्हा अतिमानुष मूल्यांचं मला काहीच आकर्षण वाटत नाही. परमेश्वराची दिक्कत

नसते. सामाजिक प्रतिष्ठेचे आणि सांस्कृतिक मूल्यांचेही जिने मी उतरून आलेला असतो. त्या मूळ समुद्रसपाटीवर इतिहासाच्या वर्तुळाबाहेरून आणि तरीही गाढ आस्थेनं मी माणसांचे व्यवहार पाहू शकतो.

हे लक्षात ठेवा : मी मनुष्य आहे : मी नेमका उलटही विचार करू शकतो. कारण माझी सुरुवातच एकाच वेळी दोन विरुद्ध टोकांना झालेली आहे.

१५

आम्ही महालक्ष्मीच्या देवळामागच्या खडकांवर बसलो होतो. खडक तापले होते. खरंतर चटकेच बसत होते. दुपारची वेळ.

समोरच्या खडकाला एक भेग होती आणि वर पृष्ठभागावर खोलगट जागी जमलेलं पाणी होतं.

आम्ही खेकड्यांकडे बघत होतो. लहानसेच होते. त्यांची चमत्कारिक, अवघड चाल; फेंगड्या नांग्या. एक खेकडा भेगेतून तुरूतुरू चालत बाहेर आला. पाण्याजवळ आला. मी माझा बूट आपटताच मागे पळाला आणि भेगेत अदृश्य झाला.

समोर समुद्र झळाळत होता. राखी, निळा, करडा, मातकट हिरवा, गढूळ आणि तरीही त्याच्या झिलईदार पृष्ठभागावर मधेच धातूवर कोरल्यासारख्या झगझगीत, रुपेरी, कुरळ्या लाटांची कलाबूत आणि वर पांढुरकं, निळं ज्वालेसारखं तरल वातावरण. थेट वर सरळ उंच – डोळ्यांनी कोलांटी उडी घेतली तर – एकदम सॅफायरच्या रंगाचं आकाश.

पुष्कळ वेळ दोघांचंही लक्ष एकमेकांपेक्षा आजूबाजूलाच होतं.

मग हळूहळू मला तिचं सान्निध्य जाणवत गेलं. पांढरी नायलॉनची साडी नेसली होती. पदरात गच्च लपेटलेले तिचे स्तन तसे आकारानं भरीव दिसत नव्हते, पण अजून ते ताठ होते. गोल, गच्च लहानखुरे रायवळ स्तन. बेदाण्याएवढी पण जास्त टच्च स्तनाग्रं. तिचं पोट अजूनही कृश, सपाट होतं. कंबर नाजूक होती. खाली पुन्हा गच्च, गोल, वळणदार पण लहानखुरे नितंब आणि पुन्हा सफाईदार मांड्या, पोटऱ्या, नितळ पावलं. हे शरीर मला वर्षानुवर्षं परिचित होतं. जणू काय डोळे मिटून मीच ते शिल्पलं होतं आणि त्याचं प्रत्येक वळण उत्कट बोटांनी ओळखलं होतं.

बघता बघता मी दुपार, खडक, आकाश, समुद्र सगळं विसरलो. माझ्या भोवताली एक वाफेचं वलय तयार झालं. पण माझ्या त्वचेच्या मर्यादा मात्र तीव्र झाल्या होत्या. आत एक विलक्षण उत्कट इच्छा उपजलेली होती. तिथल्या तिथंच सर्व कपडे काढून तिला खडकावर खाली पाडून आपल्या अंगाखाली पाडून गाडून टाकावं आणि आपणसुद्धा खडक आणि वाळू होऊन जावं, स्वतः पलीकडच्या सुखाच्या फेसाळ लाटांखाली नाहीसं होऊन राहावं असं वाटलं.

मी एकदम तिचा दंड गच्च पकडला.

नंतर एकदम वाऱ्याच्या झोतात दुरून यावे तसे शब्द ऐकू आले : ''वेड लागलंय का? इथं? उघड्यावर?''

काही वेळ माझे कानसुद्धा सुन्न झालेले होते. नंतर हे सर्व ओसरलं. माझ्या उजव्या हाताला एक धोबी खडकावर कपडे सुकण्यासाठी ठेवत होता तो मला दिसला. अनेक लोकांचे अस्पष्ट आवाज मला ऐकू आले. मी तिचा उन्हानं लाल झालेला स्थिर चेहरा पाहिला. तसं काहीच झालेलं नव्हतं.

मग मी म्हणालो, ''गेले अनेक दिवस मला एक विलक्षण इच्छा झालीय.''

''कसली?''

''मला एक खडा विकत घ्यावासा वाटतोय. इंद्रनील. सॅफायर.''

''तुला? खडा?

''खरं वाटत नाही नं?''

''आश्चर्य वाटतं खरं. पण मग घे की!''

''तो फार महाग असतो.''

''किती महाग?''

''लहानसा घेतला तरी हजारपाचशे पडतील. बऱ्यापैकी घेतला तर जसा खडा तशी किंमत. शिवाय चांदीत किंवा प्लॅटिनममध्ये बसवावा लागेल. चांदीचं ठीक आहे. पण प्लॅटिनम म्हटलं तर सोन्यापेक्षाही महाग!''

ती हसतच सुटली.

हसणं थांबल्यावर म्हणाली, ''हे काय नवं वेड आणखी? अल्लाउद्दीनची अंगठी?''

''सीरीयसली बोल! कित्येक वर्षांपासूनची इच्छा आहे माझी. मुख्य म्हणजे त्यात एक रिस्क आहे.''

सॅफायर १३

''कसलं रिस्क?''

''सर्वनाशाचं,''

ती पुन्हा हसत सुटली. मग अचानक गप्प झाली.

''ऐक!'' मी म्हणालो, ''आज सात वर्षं हे माझ्या मनात घोळतंय. मी तुलासुद्धा बोललो नाही. त्या खड्याबद्दल फार चमत्कारिक सुपरस्टिशन्स आहेत.''

''म्हणजे कशा?''

''बहुतेकांना तो लाभत नाही. भयंकर दुर्दैवाचे फटके देतो. पण लाभलाच तर अचानक दैव उघडतं. अप्राप्य गोष्टीसुद्धा सहज लाभतात!''

''हे काय भलतंच! तुझा याच्यावर विश्वास असणंच शक्य नाही!''

''माझा विश्वास आहे असंही नाही. पण आज सात वर्षं झाली, माझं कुतूहल कायम आहे. किंचित वाढलंच असेल एवढ्या काळात!''

''खरंच?''

''हो, खरंच. तुला ठाऊक आहे. मला चमत्कारिक गोष्टींचा ध्यास जडतो. मग त्या मला वर्षानुवर्षं पछाडतात. तसंच हे!''

नंतर मी तिला सॅफायरविषयी जे जे काही ऐकलेलं होतं, कल्पिलेलं होतं सांगत राहिलो.

माझ्या वर्णनाचा प्रभाव म्हणा, त्या दंतकथेची रहस्यमय ताकद म्हणा, ती विलक्षण प्रभावित झाली.

आणि घाबरली.

माझा हात गच्च पकडून म्हणाली, ''माझी शप्पथ घे सॅफायर घेणार नाही म्हणून!''

आता मी हसलो, ''बघ! सुपरस्टिशस कोण आहे?''

''मला सॅफायरची भीती वाटत नाही,''

ती शांतपणे माझ्याकडे बघत म्हणाली,

''मला तुझीच भीती वाटते!''

१६

आम्ही सुमित्राकडे गेलो.

मी मुद्दामच सॅफायरचा विषय काढला. काही बाबतींत सुमित्राची प्रतिभा अगदी सुरिऑलिस्ट जातीची आहे. नकळतच.

बघता बघता संभाषणाचा तो खडा अतिमानुष होत गेला. बुद्धीला डावलून स्वयंप्रेरणेनं चमत्कारिक घटना घडवत गेला.

अर्थात सुमित्रा मोठी आशावादी भूमिका घेऊन खड्यामुळे होणाऱ्या अलौकिक लाभाच्या शक्यता रंगवत होती. आपल्या अलाहाबादच्या दिराचं उदाहरण विसरून गेली.

समजा मला सॅफायर लाभला तर?

फ्लोराफाउंटनजवळ मी रस्ता क्रॉस करताना सगळा ट्रॅफिक थांबेल!

माझ्यासाठी घड्याळं थांबून राहतील. रहदारीचे सिग्नल मला बघताच हिरवे होतील. सर्वत्र माझा मानसन्मान होईल. जगभर मला थोरामोठ्यांच्या सहवासात वावरायला मिळेल.

१७

विलक्षण विषय. खडे!

ॲमिथिस्ट जांभळा असतो, टोपॅझ पिवळा, रुबी लाल, एमेरल्ड हिरवा आणि डायमंड – हिरा – तऱ्हेतऱ्हेचा : पांढरा, गुलाबी छटेचा, पिवळसर प्रभेचा, निळसर वर्णाचा! आणि सॅफायर? कसा असतो नेमका सॅफायर? तू पाहिलास सॅफायर?

मग रत्नावरून गोष्टी निघत गेल्या. प्राचीन देवालयातील रत्नं, मूर्तींच्या नेत्रांच्या जागी जडवलेली रत्नं, शापित रत्नं, मुकुटामधली रत्नं, कंठ्यामधली रत्नं, कर्णकुंडलांतली रत्नं, कमरपट्ट्यातली रत्नं. अंगठ्या, हार, पाटल्या, गोफ, कर्णफुलं, नथी, चमक्या, बिंदी, बाजूबंद, झुमके, पायल.

बोलणं विसरलो. मी भलत्याच प्रवाहात ओढला गेलो. एकीकडे सुमित्रा बोलत होती, हसत होती आणि तिला ह्या विषयाची नशाच चढत चालली होती पण माझ्या मनात निराळीच चक्रं सुरू झालेली होती. काब्बाला; इजिप्शियन ज्योतिष; ग्रहांचे आणि रत्नांचे परस्परसंबंध; मंत्रतंत्रांच्या आणि गूढविद्यांच्या, रमलशास्त्राच्या आणि सामुद्रिकाच्या परंपरा; ॲल्केमी–किमया–सिद्धरसायन. जुन्या, दुर्मीळ ग्रंथांची पानं फडफडू लागली; पोथ्या उघडल्या जाऊ लागल्या;

भूर्जपत्रं उलगडली; विविध चित्रलिप्या, कूटचिन्हं, सांकेतिक खुणा मनात उमटून नाहीशा होऊ लागल्या. एका विलक्षण, कोट्यवधी पैलू असलेल्या दंतकथेत सगळं मिसळून जात होतं.

पण अजूनही सॅफायर काही डोळ्यांसमोर येत नव्हता. मी पाहिलेलाच नव्हता, तर येईल कसा?

आणखी एक गोष्ट. सुमित्राचं बोलणं, तिच्या डोळ्यांतली विलक्षण चमक, सॅफायरच्या विषयानंच तिचं घडवून आणलेलं रूपांतर.

आता तिचं तारुण्य उताराला लागलेलं होतं. पण आज मला तिच्यात एक गूढ प्रकाश दिसत होता. तिचे डोळे रिकामे होते. त्यांत मानवी भावना कोणतीच दिसत नव्हती. पण एक विलक्षण तीव्र, अनेकमुखी, अधोमुख प्रकाश त्यात होता.

मी कंपित होऊन उठलो. एक विलक्षण लहर माझ्या कण्यातून मस्तकापर्यंत गेली.

नंतर मी ते झटकून टाकण्याचा आटोकाट प्रयत्न केला. गेली कित्येक वर्षं पाहिलेली आणि कित्येक वर्षांपूर्वी प्रथमच पाहिलेली सुमित्रा. लाखात एखाद्यालाच जो लाभतो आणि शंभरातल्या नव्याण्णवांना जो दुर्दैवाचा तडाखा देतो तो नील तिला फार पूर्वीपासूनच हवा असला पाहिजे. आणि मलाही.

का फार पूर्वीपासून ही आज अचानक गूढ वाटलेली स्त्रीच मला पाहिजे?

मी तिची नजर जाईपर्यंत टाळत राहिलो.

१८

खूपच वर्षं झालीशी वाटतात. त्या परदेशी शहरात, हॉटेलात एकट्यानं काढलेल्या तीन रात्री.

थोड्याच दिवसांत मी इजिप्तचा प्रवास संपवला होता. लक्झर, कारनॅक, थीब्ज, मेम्फीस, मेम्मॉन आणि आता कायरोनंतर ॲलेक्झांड्रिया.

नाईलपाशी असताना तो खास मोठ्या नद्यांच्या पाण्याला येणारा मासे, जलचर, जीवजंतू, वनस्पती आणि गाळाचा संमिश्र वास.

वाळवंटात तो कोरडा, तीव्र, खरखरीत वारा; उन्हाच्या झळी; आणि डोळ्यांवर ठसणारा, डोळे दुखवणारा वाळूचा पिवळसर नारिंगी, पांढुरका रंग.

आणि ते आकाशाचं निळेपण.

एके ठिकाणी एक अरब माझ्याकडे आला आणि गुपचूप सौदा करायला लागला. कसला सौदा? एका ममीच्या हाताचा. ख्रिस्तपूर्व तीन हजार वर्षांचं जुनं प्रेत. हवाय का त्याचा तुकडा तुम्हाला? तुमच्या खाजगी संग्रहासाठी? रासायनिक मसाला भरलेला हात, त्यावरच्या वस्त्रासकट. मूळ प्रेतापासून उखडलेला असेना का, प्राचीन आहे! अस्सल ! फक्त सात पौंड स्टर्लिंग. वीस अमेरिकन डॉलर! ममीचा हात! बोला, बोला साहेब. एवढ्या स्वस्तात इतकी मौल्यवान प्राचीन वस्तू मिळायची नाही. मी स्वतः कबरीतून आणलाय !

मी नको म्हटलं. मला मोहसुद्धा झाला नव्हता.

नाईलमधून पडावात बसून जाताना एक विलक्षण मूड आला होता. हजारो वर्षांपूर्वीचा इतिहास. कुठल्यातरी मराठी शाळेच्या बाकड्यावर बसून ऐकलेलं, कोणीतरी मास्तरानं खाकरत खाकरत संशयानं वर्गभर डोळे फिरवत वाचलेलं सरधोपट गद्य. पण तेव्हाही मी असाच भारावलो होतो जसा आज मी प्रत्यक्ष इथं नाईलमधून पडावातून जाताना. म्हटलं तर सगळंच काल्पनिक. हे नुसते कसलेतरी अवशेष. काळात विरलेले. म्हटलं तर हजारो वर्षांपूर्वीच्या माणसांचा विरलेला दर्प अजूनही हवेत आणि चांदण्यांत. हे दगडी स्तंभ उभे. हे त्रिकोणी घनाकार. वर स्वच्छ निळं आकाश. नक्षत्रं. चमत्कारिक सामसूम. आवाज फक्त स्वतःच्याच श्वासांचा. तरी किती विचित्र : सूचक, अनोळखी, पूर्वपरिचित, हुरहुर लावणाऱ्या चाहुली.

१९

आणि नंतर हे हॉटेल.

रात्री मी मुख्य वेटरशी संधान बांधून एक मुलगी खोलीत आणवली. तिने कपडे उतरले. पण अर्थातच कानांतल्या रिंग्ज, गळ्यातली साखळी, हातातलं एक ब्रेसलेट आणि बोटातली अंगठी तिच्या अंगावरच राहिली.

टेबललँपच्या प्रकाशात मी तिच्या हातातल्या अंगठीत चमकणारा झगझगीत नकली निळा खडा पाहिला.

जेव्हा बिछान्यात तिच्या शरीराला मी भिडलो तेव्हा शरीरासारखा कोणताही वास तिच्या अंगाला नव्हताच. शानेलचा जगप्रसिद्ध फ्रेंच सुगंध तिनं कानामागे, गळ्याला, काखेत, स्तनांवर, बेंबीला, जांघांमध्ये चोळला होता. त्याच्या मंद

दरवळण्यातही एक सूक्ष्म उग्रपणा होता. तिचं अंगही कसं गुळगुळीत आणि कोमट होतं. काखा भादरलेल्या. तोंडावर मेकपचा पापुद्रा. नागवी असूनही ती नखशिखान्त आपल्या पेशाच्या चिरकालीन कवचात होती.

धीर धरून, सारं लक्ष केवळ मैथुनावर केंद्रित करून मी सावकाश संभोगाला सुरुवात केली.

खिडकीतून ट्रॅफिकचा आवाज येत होता म्हणून ती बंद करण्याचा विचार केला. अरबी भाषेतल्या अनाकलनीय पण ठळक आरोळ्या कानावर आल्या तेव्हा नाखुशीनं अलग झालो, उठलो आणि खिडकी बंद करून एअरकंडिशनर चालू केला.

पुन्हा मी तिला जाऊन भिडलो.

मला व्हिस्की चढली होती. हवेत अंमळ उकाडा होता किंवा माझ्याच शरीरात गरमी. माझ्या अंगाला हलका घाम येत असतानाच एअरकंडिशनरचा परिणाम जाणवू लागला. थंड हवा पाठीला लागली.

एक हुकमी, संथ, अवैयक्तिक मैथुन अर्ध्या उजेडात लय वाढवत गेलं. व्हिस्कीमुळे मला सोपं गेलं.

आता का आठवलं? त्या निळ्या खड्यापायी. तेव्हाही मला वाटलं होतं की तिला विचारावं, हा सॅफायरच का? पण भाषा तोकडी पडली असती. मात्र तो अंगठीवाला हात अंधारातही अमानुष चमकला. मग तिनं तो हात माझ्या पाठीवर गच्च आवळून धरला. माझी पाठ उघडी होती.

आणि ऐन क्षणी, सुखाच्या चिळकांड्या उडणार इतक्यात, माझ्या पाठीवरच्या तिच्या हातातल्या अंगठीतला नेमका खडाच मला खोलवर टोचला.

ती एक विचित्रच संवेदना होती. वीर्य उलटं फिरवणारी.

फार विचित्र.

फार फार विचित्र.

२०

शकुनासाठी म्हणून सॅफायर घेतला तर प्रथम त्याची ट्रायल घेतात. म्हणजे त्याच्या किमतीएवढी रक्कम अनामत ठेवून डबीत घालून तो खडा घरी न्यायचा.

त्यानंतर बारकाईनं त्याचे परिणाम आजमावून बघावे लागतात.

पहिली गोष्ट म्हणजे स्वप्नं. आपल्याला जर खडा आणल्यानंतर वाईट स्वप्नं पडली तर खडा लाभणार नाही असं ओळखावं. चांगली पडली तर तो ठेवून घ्यावा.

हे बघण्याची एक पद्धत अशी :

कागदाच्या पुरचुंडीत किंवा रुमालात गुंडाळून खडा निजताना आपल्या उशाशी ठेवणे. याप्रमाणे खडा उशाशी ठेवून निजलं की आपल्याला पडणाऱ्या स्वप्नांची नोंद ठेवायची. स्वप्नं तपशीलवार आठवली पाहिजेत. स्वप्नांत घडणाऱ्या गोष्टी शुभसूचक आहेत; लाभदायक आहेत; आपली इच्छापूर्ती करणाऱ्या आहेत अशी खात्री पटल्यावर मगच तो खडा वापरायला योग्य ठरतो. वाईट, अशुभ, हानीची सूचना देणारी, अभद्र, भीतिदायक, मन अस्वस्थ करून टाकणारी स्वप्नं पडली तर समजावं की हा खडा आपल्याला लाभणार नाही. तो तडक जवाहिऱ्याला परत करावा.

खडा आजमावून पाहण्याचा आणखी एक प्रकार म्हणजे तो पुरचुंडीत ठेवून ती पुरचुंडी आपल्यापाशी सतत बाळगणे. विशिष्ट महत्त्वाच्या कामगिरीवर जाताना आपल्यापाशी खडा असला आणि जर आपण यशस्वी झालो तर हमखास समजावं की, हा खड्याचाच प्रभाव आहे. अपयश आल्यास खडा परत करावा.

एकदा खड्याचा गुण जाणवला की मग तो अंगठीत बसवून घ्यायचा. मात्र अशाच रीतीनं की खड्याचा आपल्या बोटाला स्पर्श झाला पाहिजे.

ह्या गूढ शास्त्रातला हा अत्यंत मूलभूत मुद्दा आहे : खड्याचा तो वापरणाराच्या अंगाला सूक्ष्मपणे पण सतत आणि प्रत्यक्ष स्पर्श झालाच पाहिजे.

कारण खड्याच्या माध्यमातून बाह्य विश्वातल्या विशिष्ट तेजोलहरींशी, प्रकाशतरंगांशी, चुंबकीय क्षेत्रांशी आपल्या शरीराचा आणि त्याद्वारे थेट आपल्या आत्मवलयाचाच संबंध जडत असतो. आपल्याला हितकारक अशा लहरी, तरंग, कंपनं खडा ग्रहण करतो आणि त्यांनी आपल्याला प्रभारित करतो; प्रभावित करतो. खडा बाहेरून जो जो प्रकाश शोषून घेतो तो तो आपल्या त्वचेला टेकलेल्या खड्याच्या अणीतून आपल्या अंगात प्रवेश आणि संचार करतो. आपले विचार, आपल्या संवेदना, आपली स्फुरणं, आपल्या प्रेरणा, आपली बुद्धी, आपली स्मरणशक्ती, आपली प्रतिभा, आपली कल्पनाशक्ती, आपल्या कृती ह्या सगळ्यांमध्येच त्या सूक्ष्म तेजोलहरी, ती विद्युतकंपनं, ते चुंबकीय तरंग

संचारतात.

काहींचं असं म्हणणं आहे की आपला खडा इतरांच्या दृष्टीला न पडला पाहिजे; सबब तो अंगठीत जडवू नये. हवं तर तो दंडावर किंवा कमरेला बांधावा. त्याच्यावर इतरांच्या पापी नजरा पडू देऊ नयेत.

आणखी कोणी कोणी याच्या नेमकं उलटं सांगतात की खडा उघड्यावरच हवा. त्यावर प्रकाश पडलाच पाहिजे. सर्व जगाला त्याची अजेय चमक दिसली पाहिजे. त्याचा संकटनिवारक प्रभाव जाणवला पाहिजे.

खड्याची चमक आकर्षित करते आणि परावर्तितसुद्धा करते.

ती चमक पाहून स्त्रिया, धन, लोक तुम्हाला वश होतील आणि तुमच्या केसालाही धक्का लावण्याची तुमच्या शत्रूंना हिंमत होणार नाही.

२१

कोणी म्हणतात की रत्नशास्त्र ही गूढविद्या काब्बालातून आली. काब्बालाचा उगम कोठे झाला? कधी झाला? तर ॲटलँटिस नावाचं एक खंड होतं. आज आपल्याला जिथं ॲटलँटिक महासागर आढळतो त्यात. ते अचानक प्रचंड उत्पात होऊन महासागरात गडप होऊन गेलं. ॲटलँटिसवर अत्यंत प्रगत मानवी संस्कृती नांदत होती. काब्बाला तसंच इतर काही गूढविद्यांच्या खंडित परंपरा मूळच्या ॲटलँटिसमधल्याच. आज त्यांचे फक्त तुकडे आणि अवशेष उरलेले आहेत आणि त्यांच्यावरही अंधश्रद्धेची पुटं चढलीत. पण एके काळी जे वैज्ञानिक शोध आणि प्रयोगसिद्ध सत्य होतं, त्याचा कालांतरानं अंधश्रद्धेत आणि अनाकलनीय संकल्पनांमध्ये अपभ्रंश झाला.

आणखी कोणी म्हणतात की काब्बाला ॲटलँटिसमधली नव्हे तर प्राचीन बाबीलोनमधली गूढविद्या. तर आणखी कोणी म्हणतात की ती मूळ प्राचीन इजिप्तमधली.

मला याची काहीच माहिती नाही.

फार पूर्वीपासून सभोवारचं जग आणि मनुष्य यांच्यात लोक एक परस्परसंवाद गृहीत धरत आलेले आहेत.

स्थूल विश्व म्हणजे 'मॅक्रोकॉझम' आणि सूक्ष्म विश्व म्हणजे 'मायक्रोकॉझम' यांच्यातल्या घटनांचे परस्परसंबंध असतात असं माणसानं मानलं. आकाशात

दिसणारी नक्षत्रं आणि स्वतःच्या जीवनातल्या क्रिया-प्रक्रिया ह्या एकाच विराट लयचक्राला बांधलेल्या आहेत असं त्यानं मानलं. व्यक्तीच्या वैशिष्ट्यपूर्ण पिंडाचं रहस्य ब्रह्मांडाच्या मूळ रहस्याशी जोडू पाहणारा माणूस, योगायोगातही नियमबद्ध आकृती शोधणारा माणूस, अपवादातून जास्त व्यापक नियम शोधणारा माणूस आणि अतींद्रिय सृष्टीचे नियम जाणू पाहणारा माणूस यांच्यात फरक नाहीच. ह्या दुसऱ्या प्रकारच्या माणसांनी विज्ञानाऐवजी गूढविद्या विकसित केल्या : यातून ज्योतिष आणि सामुद्रिक उद्भवलं.

याहीबद्दल मला काहीच म्हणायचं नाही.

प्रत्येक रंगाला गूढविद्यांच्या उपासकांनी अर्थ दिला. त्याचा ग्रह आणि दैवाशी संबंध जोडला. रंगाचा ज्योतिषाशी, संख्याशास्त्राशी, योगाशी, संगीताशी, तंत्राशी, मंत्राशी संबंध जोडला.

माझा ह्यांपैकी कशाशीही संबंध नाही.

पण ज्या माणसानं प्रथम संख्यांची कल्पना केली आणि कल्पितातूनच गुंतागुंतीची प्रमेयं मांडली किंवा सोडवली त्याच्याशी माझा संबंध आहे; त्याच्याशी माझं नातं आहे. मनुष्यजातीच्या नैसर्गिक क्षमता आणि गरजा, मानवी मेंदूची क्षेत्रं आणि त्याची कार्यं, मानवी शक्यतांचे आविष्कार ह्या सर्व पटात कुठंतरी दंतकथा, भाकितं, पुराणं, आदिबंध, आदिकथा, आदिकाव्य, आदिकला ह्याही बसतात. माणसाची मूळ भीती, मूळ इच्छा, मूळ आकांक्षा, मूळ आनंदप्रेरणा ह्या विविध वस्तूंना निरनिराळ्याच व्यवस्थेत स्थान देतात.

पृथ्वीच्या पोटात, गुहेत, खडकात, खाणीत, नदीच्या खोऱ्यात माणसाला रत्नं आढळली. वस्तुतः हे नुसते दुर्मीळ खनिज पदार्थ : दगड, स्फटिक विविध धातूंमुळे किंवा मूलद्रव्यांमुळे त्यांना विविध प्रकारचे मनोहर रंग प्राप्त झाले. पण हे तेजस्वी दगड पाहून माणूस थक्क झाला. ते त्याला अद्‌भुत वाटले. विश्वातल्या सर्वच अद्‌भुत गोष्टींशी त्यानं ह्याही अद्‌भुत दगडांचा संबंध लावला. ही रत्नं त्याला आकाशातल्या नक्षत्रांसारखी, चंद्र-सूर्यासारखी वाटली. त्यांच्या तेजात त्याला विस्तव, आग, सूर्यप्रकाश, चांदणं दिसलं. त्यांचा संबंध अनाकलनीय, अतर्क्य, अकस्मात घडणाऱ्या चमत्कारांशीही त्यानं जोडला. देवदेवतांशी, स्थानिक दैवतांशी, पिशाच-समंधांशी, यक्ष-गंधर्वांशी, अप्सरांशी त्यानं रत्नांचा संबंध जोडला. तसंच भयानक आणि अद्‌भुत प्राण्यांशी, भुजंगांशी आणि

गरुडप्राय, पक्ष्यांशी, हत्तींशी आणि देवमाशांशी त्यानं त्यांचा संबंध जोडला. दुष्प्राप्य, दुर्मीळ वनस्पतींशी त्यानं रत्नं जोडली.

माणसानं रत्नांना जो अर्थ दिलाय तो चुकीचा किंवा बरोबर नसतो. तो फक्त अर्थ असतो. त्याचा ज्या सत्याशी संबंध आहे ते सत्य त्या रत्नाशी निगडित नसून माणसाच्या अस्तित्वाशी, विश्वातल्या कोणत्याही वस्तूला आणि घटनेला स्वतःच्या संदर्भात स्वायत्त अर्थ देण्याच्या क्षमतेशी निगडित आहे.

असंच एक विवक्षित अर्थ दिलेलं रत्न असतं. त्याचं नाव सॅफायर : नील : इंद्रनील : नीलम : आकाशासारखा निळा त्याचा रंग असतो आणि आकाशाचा निळा रंग कधी स्थिर असतो?

२२

तर सॅफायर. काही लोक मानतात की हा शुक्राचा खडा. काही तो गुरूचाही मानतात. पण गुरूचा खडा तर पुष्कराज आणि त्याचा रंग तर पिवळा. सॅफायरचा निळेपणा वैशिष्ट्यपूर्ण आहे आणि कोणी कोणी त्याचा संबंध शनीशी लावतात आणि मी म्हणतो की हा नेपच्यूनचा खडा. याचा निळेपणा रहस्यमय आणि रोमांचकारी आहे.

हे काही खरं मानायचं नाही

शुक्र हा रतीचा ग्रह आहे. त्याचा संबंध कलात्मकतेशी आणि शृंगाराशी, सुखाशी आणि सौंदर्याशी लावण्यात येतो. स्त्रीतत्त्वाशी त्याचा संबंध आहे. कोमलता, नाजूकपणा, हळुवारपणा, संवेदनक्षमता हे शुक्राचे खास गुण.

गुरू हा उत्कर्षाचा, विकासाचा, भरभराटीचा, वाढीचा ग्रह आहे.

शनी हा कष्टाचा, दुःखाचा, प्रयासाचा, बंधनाचा, जोखडाचा, कर्माचा आणि नेटानं मिळवलेल्या यशाचा ग्रह आहे. दुर्दम्य महत्त्वाकांक्षा आणि अविरत सायास, महत्प्रयासानं पदरी पडणारं अपुरं फळ ही शनीची देणगी. सुखाऐवजीचं शहाणपण, साफल्याऐवजीचं तत्त्वज्ञान, आनंदाऐवजीची उदासीनता ह्या शनीच्या देणग्या.

आणि नेपच्यून?

नेपच्यून हा दूरचा ग्रह. नेपच्यून म्हणजे वरुण, समुद्रराज. ग्रीकांच्या पुराणात तो त्रिशूलधारी आहे. समुद्राचा राजा : निळा आणि अनाकलनीय. कधी

शांत, कधी वादळी. अनेकदा धुक्यात वेढलेला. रोमँटिक, अमानुष, भयप्रद, क्रूर. तसाच उच्छृंखल, मुक्त, आकर्षक, गूढ. तो काही लोकांना ओढून नेतो. क्वचित सातासमुद्रापलीकडल्या निराळ्याच देशांत तर क्वचित रसातळाला. मी म्हणतो, सॅफायर नेपच्यूनचा खडा असं क्षणभर धरून चाला. म्हणजे असं की ग्रीक ट्रॅजिडीत जसं दैव प्रभावी मानतात तसा हा खडा प्रभावी माना. दैव जशी एक स्वतंत्र शक्ती आहे तसा हा खडा एक स्वतंत्र शक्ती आहे. तुमचा स्वभाव, तुमचं चारित्र्य, तुमचं कुल, तुमचं जीवनातलं आणि समाजातलं स्थान, तुमचे मित्र, तुमचे शत्रू, तुमचे हितसंबंधी लोक हे सर्व काहीही असो. त्याहून वेगळीच एक तिऱ्हाईत, बाह्य शक्ती, एक अकस्मात प्रत्ययाला येणारा अतर्क्य प्रभाव म्हणजे दैव. तसाच सॅफायर...

२३

सिम्फनी ऑर्केस्ट्रा ऐकलात का कधी तुम्ही? तुम्ही प्रेक्षागृहातल्या अंधारातल्या कोणत्यातरी टोकाला खुर्चीवर असता. समोर रंगमंचावर किंवा खाली वाद्यवृंद असतो आणि सर्वोच्च स्थानावर, पोडियमवर, उभा राहिलेला कंडक्टर आपल्या हातातल्या बेटनच्या, सामर्थ्यदंडाच्या, इशाऱ्यांवर संगीत निर्माण करत असतो. त्या वेळी तो सर्वशक्तिमान असतो. त्या प्रेक्षागृहावर तो परमेश्वराप्रमाणे राज्य करत असतो. सगळा वाद्यवृंद त्याच्या इशाऱ्यांबरहुकूम वाजत असतो. सगळे प्रेक्षक अनिमिषपणे त्याच्या बेटनच्या हालचाली पाहत असतात आणि त्याबरहुकूम निर्माण किंवा विसर्जित होणाऱ्या संगीतामुळे थक्क होत असतात. त्या वेळी कंडक्टर म्हणजे अद्‌भुताची हुकूमतच जणू मनुष्यरूपानं उभी झालेली. हा मनुष्य न्युमोनिया होऊन मरू शकतो, कदाचित हातात पिशवी घेऊन हा मटणाच्या दुकानात जात असेल किंवा सकाळचा चहा त्याला स्वतःच्या हातानं करून प्यावा लागत असेल, असले ऐहिक आणि दैनंदिन जीवनातले तपशील अशा वेळी आठवायचे नसतात. तसंच हा खडा आणि त्याचा निळा रंग एकदा का दैवाच्या, सिम्फनीच्या कंडक्टरच्या जागी मानला म्हणजे मग बाकीचे तर्क, युक्तिवाद, सिद्धान्त, पुरावे, नियम वगैरे विसरून निव्वळ सॅफायरच्या मूलभूत, स्वयंभू, स्वयंस्फूर्त आणि मुक्त संदर्भात स्वतःचं जीवन तुम्हाला पाहावं लागेल.

तर आता निळ्या रंगाकडे या.

सॅफायर २३

पाहा...

पाहा...

पाहा...

पाहिलंत? मी तेच म्हणतो : इन द बिगिनिंग वॉज ब्लू.

२४

मग माझा सॅफायरचा ध्यास वाढतच गेला.

तसं मला पैशाचं आकर्षण नाही. लक्षाधीश, कोट्यधीश होण्याची स्वप्नं मला कधीच पडलेली नाहीत स्त्रीसुखासाठी प्रचंड जनानखाना बाळगण्याचं स्वप्नही मी कधी पाहिलेलं नाही. सत्तेचं, लोकप्रियतेचं, कीर्तीचं, कसलंच मला आकर्षण नाही. कोणताही प्रयत्न न करता आपल्या पदरी सुख-समृद्धी पडावी असं मला वाटत नाही. आपला प्रत्येक प्रयत्न यशस्वी व्हावाच असंही मला वाटत नाही. मी सुदैव-दुर्दैवाच्या भाषेत कधीच स्वतःच्या आयुष्याचे हिस्से पाडत नाही. सतत यश किंवा अपयश, वैफल्य किंवा साफल्य अशा प्रकारे मी जीवन तोलत नाही. आपलं जे काय होतं ते अखेर भलंच होतं असा माझा अनुभव आहे. आजवर. म्हणजे आपलं काहीही होवो, त्याचा अर्थ लावण्याचा अधिकार कोणीच आपल्याकडून काढून घेऊ शकत नाही हे मला पक्कं कळलेलं आहे. त्यामुळे मला बसलेले मोठाले फटकेसुद्धा मला अखेर शांतीच देऊन गेले.

पण अलीकडे हे सॅफायरचं वेड लागल्यापासून सगळंच विपरीत झालं होतं. जेवणातली चव गेली होती. एरव्ही मुंबईत आपल्या आवडीच्या रेस्टोराँत जाऊन जेवण्याची मला फार आवड होती, पण आता त्यात जीव लागेना. दारूची गंमत गेली होती. पुस्तकं वाचता येईनात. कामात लक्ष लागेना. झोप उडाली. पोटातलं आम्ल वाढलं. सगेसोयरे, मित्र नकोसे झाले. जो जबरदस्त उत्साह मला नेहमीच असतो तो लोपल्यासारखा झाला. माझ्यावर कसलंतरी सावट पडावं तसं झालं होतं. माझं जीवनच काळवंडून गेलं होतं.

मनात पुन्हा पुन्हा एकच विचार येई : समजा मी मनाचा हिय्या करून चक्क सॅफायर विकत घेतला, अंगठीत जडवून घेतला आणि बोटात चढवला तर हे सगळंच बदलून जाणार नाही का? त्याच्या निळ्या गाभ्यातून येणारी अलौकिक स्फुरणं माझं आयुष्यच बदलून टाकणार नाहीत का? मग आता कसली खोटी

आहे? कशाची वाट पाहतोय मी? मी कच तर खात नाही? कसली तरी धाकधूक तर वाटत नाही मला?

२५

जे करावंसं वाटतं ते पाप तर नाही ना अशी जेव्हा खोलवर शंका येते तेव्हा मनाची जी स्थिती होते तीच मी पुन्हा अनुभवत होतो. मागे एकदा माझ्या मुलाच्या जन्माच्या वेळी माझी बायको हॉस्पिटलात होती आणि तिचं बाळंतपण शस्त्रक्रिया करून करावं लागणार होतं. कारण तिच्या प्रकृतीचा काहीएक वैद्यकीय गुंता होता. मूल जगलं नसतं तर पुन्हा दुसरं होण्याची शक्यता नव्हती. अशा सुमाराला एका संध्याकाळी मी भयानक ताणात असताना मला माझा जुना मित्र याकूब खान भेटला. म्हणाला, ''चल यार, लंबे अर्से के बाद तू मिला है, सेलेब्रेट करते है।'' याकूबची दावत म्हणजे एकदम नबाबी. तो मला सरळ स्वतःच्या वाळकेश्वरच्या अड्ड्यावर घेऊन गेला. पंचतारांकित हॉटेलला लाजवील अशा कुंटणखान्याचा याकूब चालक होता. त्याची गिऱ्हाइकं इतकी बडी असायची की त्यांच्या नावाबद्दल कमालीची गुप्तता पाळली जायची. आत जायला तीन-चार प्रवेशद्वारं होती. सर्वत्र कडेकोट बंदोबस्त. मग याकूबनं माझी अशी खातीर केली की विचारता सोय नाही. तीस वर्षं जुनी स्कॉच काय, अवध आणि हैदराबाद दख्खनचे कबाबांचे एकेक प्रकार काय, बदाम-पिस्ते-काजू काय. आणि सरते शेवटी पाहुणचाराचा कळस म्हणून याकूबनं काय करावं? तर इंटरकॉमवर त्यानं कुणाला तरी बोलावलं. पाच मिनिटांनी दरवाजा उघडून एक मुलगी आत आली. नखशिखान्त निळ्या रेशमी शराऱ्यात, निळीच ओढणी लपेटून. ती येताच 'माजी न्वार' – काळी जादू – ह्या फ्रेंच सुगंधाचा दरवळ सर्वत्र पसरला. तिच्या डोळ्यांचा मेकपसुद्धा निळा होता. अत्यंत टपोरे, पाणीदार आणि नेमका रंग ओळखू न येणारे ते डोळे होते. उंच वाटावा असा सडपातळ, प्रमाणशीर बांधा, रसरशीत, स्फुरणशील जिवणी, सावळेपणाकडे झुकणारं गोरेपण, सरळ नाक आणि वागण्यात जितकी नजाकत तितकीच हुकूमत. ''सुभानल्ला!'' मी याकूबच्या कानात नकळत पुटपुटलो, ''यह हूरी है या कोई शहजादी?''

''मियाँ, बैठोगे? क्या कहते है उसको दावत की आखरी पेशकश-डेझर्ट! क्यूँ? बोलो मियाँ, यह मौका फिर नहीं आएगा। इस का नाम है हीना और

अभी अभी शुरुवात है!'' मला अचानक हॉस्पिटल आठवलं. बायको आठवली. ऑपरेशन केव्हाही करावं लागेल हे आठवलं. मी बेचैन झालो. याकूबच्या दिलदार भेटीचा अव्हेर करणं म्हणजे अरसिकपणा तर होताच, पण कृतघ्नपणाही होता. त्याला कायमचं दुखावणं होतं. कारण स्वतःची आवडती 'लोंडी' याकूबनं मला देऊ करून माझा सन्मान केला होता, मला मैत्रीतली सर्वोच्च श्रेणी देऊ केली होती. पण त्याहीपेक्षा मला भुरळ पडली होती हीनाची. आणि अखेर ह्या अंतर्द्वंद्वाचा शेवट झाला तो मी याकूबचे आभार मानून निरोप घेण्यात. त्याच रात्री बायकोचं ऑपरेशन झालं. मुलगा झाला. पुढचे चोवीस तास तिला इंटेन्सिव्ह केअरमध्ये ठेवावं लागलं. आणि त्या वेळी माझ्या मनात विचार चमकून गेला की वाळकेश्वरला जर मी हीनाच्या यौवनाचा खुशबू लुटत ती रात्र काढली असती आणि तेव्हाच इकडे माझं वैवाहिक जीवन खरोखरच उद्ध्वस्त झालं असतं तर कोणता सूफी फकीर आपल्या रहस्यवादाचं मलम माझ्या जखमेवर चोळणार होता?

सॅफायरचा लोभ हा असाच एक लोभ होता जशी हीना 'लुभावनी' होती. त्यात तसलाच नशा होता, धाडस होतं, रंगेलपणा होता, मस्ती होती, बेदरकारी होती. कुठंतरी माझ्यावरचे मध्यमवर्गीय संस्कार, खोल रुजलेली पापभीरू विचारसरणी, सनातनी 'शुद्धते'ची कल्पना हे आड आलं असेल तेव्हा. पण त्यातही दैवाची कल्पना, कर्माची कल्पना, 'करावं तसं भरावं' ही कल्पना कुठंतरी होतीच. मी 'पाप' केलं की नक्कीच माझं 'वाईट' होणार ह्या 'नियमा'ची भीती होती. हीनाशी त्या रात्री शृंगार केला असता तर जो कायदा मी तोडला असता तोच कायदा हातात सॅफायरची अंगठी घातल्यानं मोडला जाणार होता. त्या उल्लंघनाची मला किंमत मोजावी लागणार होती. तो एक धोका होता. पण तो एक अत्यंत मोहक, आकर्षक, भुरळ घालणारा, लोभात पाडणारा 'लुभावना' धोका होता.

२६

हीनाचा मोह त्या रात्रीच कायमचा टळून गेला. नंतर योगायोगानं माझी आणि याकूबचीही ताटातूट झाली आणि साधारण दोनेक वर्षांनी याकूबचा नॉव्हेल्टी सिनेमासमोर भर गर्दीत खून झाला. मात्र सॅफायरच्या बाबतीत जो मोह होता त्याची सुरुवात नेमकी कधी आणि कुठं आणि कशी झाली हे मी सांगू शकत

नव्हतो. इतकी वर्षं चुपचाप माझ्या सुप्त मनात ही सॅफायरची इच्छा वाढतेय याचीही मला जाणीव नव्हती. आज अचानक हा ध्यास एखाद्या व्याधीसारखा मला जडून, ग्रासून राहिला होता. मी बैचेन, अस्वस्थ होऊन गेलो होतो.

प्रोफेसर पारखी हे माझे जवळचे मित्र. त्यांच्या हे लक्षात आलं. इतरांच्यातही माझ्या प्रकृतीबद्दल चर्चा चालू होतीच. एक दिवस पारखींनी मला स्वतःच्या कचेरीत बोलावून घेतलं आणि विचारलं, ''व्हॉटस् वरिइंग यू?''

मी सॅफायरचा उल्लेख टाळून त्यांच्याशी खूप मोकळा बोललो. पण कोणाही बुद्धिवादी माणसाला माझा विचित्र ध्यास मी कसा समजावून सांगणार होतो? तिसाव्या वर्षी एका बुद्धिमान, कर्तबगार, लोकप्रिय, प्रतिष्ठित, यशस्वी, सुखी, संसारी माणसाला एक रत्न मिळवण्याचा ध्यास जडावा ह्याचं स्पष्टीकरण काय देणार? ह्या रत्नामुळे आपल्या जीवनात आमूलाग्र फरक पडणार आहे अशी श्रद्धा असली तर तिचं समर्थन कसं करणार?

वस्तुतः त्या माणसाचं डोकं फिरल्याची तर ही खूण नाही? हे सॅफायरचं वेड – हा ऑबसेशनल न्युरॉसिस – कुठल्या तरी निराळ्याच असाध्य मानसिक रोगाचं प्राथमिक लक्षण तर नाही?

२७

सॅफायर घ्यायचा म्हणजे निदान हजार रुपये तरी उभे करावे लागले असते. तोही मूर्खपणाच ठरला असता. हजार रुपये म्हणजे त्या वेळी माझा पगारच. एका संबंध महिन्याचा पगार एका शकुनाच्या खड्यावर खर्च करायचा? आधीच मला कर्ज होतं. पगारातून शिल्लक टाकणं जमत नव्हतं, तर आणखी नवं कर्ज त्यातून कसं काय फेडणार? पण डोक्यातून विचार जाईना.

२८

माझा एक मारवाडी मित्र आहे. मित्र असल्यामुळे नाही म्हणत नाही, पण मारवाडी असल्यामुळे दरमहा व्याज वसूल करतो. त्याच्याकडे गेलो. तो कबूलही झाला. पण नंतर त्याने टाळाटाळ करायला सुरुवात केली. इकडे दिवसेंदिवस मी जास्त जास्त बैचेन होत चाललो होतो. ज्यांना ज्यांना विचारलं त्यांना त्यांना शक्य नव्हतं.

२९

आताशा मी रोज जवाहिऱ्यांच्या दुकानावर फेऱ्या घालत होतो. कोणालाही संशय यावा अशा रीतीनं. बाहेरच्या शोकेसमध्ये कुठे सॅफायर दिसतो का म्हणून प्रथम पाहिलं. आढळला नाही. दादरला नव्हता, गिरगावात नव्हता. शेवटी जव्हेरी बाजारातल्या मोठ्या दुकानात गेलो. पुष्कळ वेळ सेल्समनचं माझ्याकडे लक्षच गेलं नाही. सुमारे अर्ध्या तासानं तो माझ्याकडे आला.

"काय पाहिजे साहेब?"

"तुमच्याकडे सॅफायर्स आहेत का?"

तो मनुष्य स्तंभित होऊन माझ्याकडे पाहतच राहिला : माझे कपडे, माझा चेहरा. जरा वेळानं म्हणाला,

"दोन मिनिटं थांबा, हं!"

तो गादीवरच्या म्हाताऱ्या मालकाकडे गेला. बोलता बोलता त्यानं माझ्याकडे बोट दाखवलं. मालकानं क्षणभर माझ्याकडे मान वळवली, हलवली. सेल्समन माझ्याकडे परत आला. म्हणाला,

"आत डायमंड सेक्शनमध्ये चला."

"कितीपर्यंतचा दाखवायला सांगू?"

पहिला सेल्समन विचारत होता.

डायमंड सेक्शनमध्ये शांतता होती. एक पन्नाशी उलटलेला, गोरा, घाऱ्या डोळ्यांचा गुजराती माणूस समोर उभा होता.

"भाई, एमने सॅफायर जोईए!"

त्या गुजरात्यानं माझ्याकडे नजर वळवली. एखादा खडा प्रकाशात धरून पाहावा तसं माझ्याकडे पाहिलं. "एम? अरे, केम नही, केम नही? पेली केस लावजे स्टोन्सवाळी! बेसो साहेब, बेसो! शुं लेशो? कोला, लेमन, ऑरेंज, कॉफी, चा? बोलो साहेब, सॅफायरनी शुं रिंग बनावशो?"

मी नुसताच हसलो. म्हणालो, "प्रथम खडा तर दाखवा!"

तो माणूस जरा गंभीर झाला. दुसऱ्यानं हातात आणून दिलेली केस समोर ठेवत तो म्हणाला, "एकदम रिंग बनवू नका साहेब! ट्रायल घ्या रीतसर अगोदर. खडा लाभतो का पाहा. आज बत्तीस वर्षं ह्या धंद्यात मी आहे. नीलम हा काही साधा खडा नाही. बहुतेकांना तो झेपत नाही. कित्येकांना त्याचा तडाखा बसतो.

जरा जपूनच. काळजीपूर्वक परीक्षा करून मगच वापरा.''

''मला ठाऊक आहे!''

''ज्योतिषाकडून खात्री करून घ्या. पत्रिका आहे?''

मी गडबडलो. माझ्याकडे पत्रिका नव्हती कधी. आजोबांच्या मृत्यूनंतर आमच्याकडे ज्योतिष, सामुद्रिक, मुहूर्त वगैरे सगळं निषिद्ध बनलं होतं. भाग्यवान ठरलेला माणूस ऐन उत्कर्षाच्या शिखरावर असताना अचानक रक्ताच्या उलट्या होऊन मरतो म्हणजे काय? आणि त्यांना तर म्हणे सिद्धी अवगत होत्या! कोणी सांगावं? एखादी अघोरी गुप्त विद्या उलटली असेल त्यांच्यावर. नकोतच असल्या गोष्टी घरात! आमच्या श्रद्धाळू, देवभक्त आजीची ही प्रतिक्रिया, तर इतरांचं काय?

''हां साहेब, जुओ! बघा! हा नीलम कसा वाटला?''

साधारण मक्याच्या दाण्याएवढा एक खडा त्यानं माझ्यासमोर धरला. फिकट निळसर करडा त्याचा रंग होता. त्याला इतक्या कुशलपणे पैलू पाडलेले होते की किंचित हलताच तो चमकत होता, उजळत होता.

''बरा आहे पण... पण... दुसरा दाखवा!''

एकेक खडा डोळ्यांसमोर येऊन जात होता आणि मी मनातल्या मनात 'नेति नेति' म्हणत होतो.

अखेर सेल्समन आणखी एक मखमली डबी घेऊन आला. त्या गुजरात्यानं ती डबी उघडून माझ्यासमोर धरली. आणि –

देअर इट वॉज!

३०

सॅफायर!

माझे डोळे एकदम बारीक झाले. नजर खड्याला जाऊन भिडली. वरून तो खडा किंचित मलूल भासत होता. मी अभावितपणे चिमटीत धरून तो उचलला. अंगठा आणि मधल्या बोटाच्या मधोमध डोळ्याशी धरला. गव्हाच्या मोठ्या दाण्यापेक्षा जरासा मोठा असेल. आकारात नजरेत भरत नव्हता. मग माझे डोळे त्याच्या गाभ्याला भिडले. त्या मंद निळ्या ज्योतीच्या पारदर्शक हृदयात प्रकाश एखादी सुरी वळावी तसा वळला. तेजाचा एक आटीव लोळ मधोमध होता. मग माझ्या ध्यानात आलं की जो निळा आपल्याला मंद वाटला तो मंद नसून

दाट पारदर्शक निळा आहे. माझी छाती धडधडू लागली. प्रेयसीचं पहिलं चुंबन घेताना होते तशी माझी मनःस्थिती झाली होती. पण आश्चर्य म्हणजे माझा हात अत्यंत स्थिर होता.

"फॅब्युलस!" मी पुटपुटलो.

तो गुजराती माझ्याकडे आदरानं, कौतुकानं पाहत होता. त्याची आणि माझी नजरानजर झाली. मी धुंद होतो. म्हणालो,

"मी गुरुवारी येतो! तोवर हा माझ्यासाठी बाजूला ठेवा! काही डिपॉझिट वगैरे?"

"त्याची काही जरूर नाही, साहेब! गुरुवारी या!"

मनुष्य हसला. त्यानं मान जरा डोलावली. मग म्हणाला, "आवजो! साहेबजी!"

डबी मिटली.

३१

मी घरी बसलो होतो. माधवी बाजारात गेली होती.

पुष्कळ वेळ आम्ही दोघंही गप्प होतो. टिंकूला स्वतःशीच खेळत राहायची सवय आहे. खेळताना तो वेगवेगळ्या लोकांच्या भूमिका स्वतःच करतो. स्वतःशीच बोलतो.

आता तो नुसताच स्टुलावर बसला होता. लांबवर पाहत. खूप वेळ.

मग हळूहळू एक कान खाजवत माझ्याजवळ येऊन उभा राहिला.

"बाबा?"

"काय रे?"

"स्पेसशिपमधून शुक्रावर जाता येईल?"

"येईल. पण शुक्रावरची हवा विषारी असते."

"शुक्रावार नेहमी शुक्रवार असतो का?"

मी गप्प झालो.

"शुक्रावर माणसं आहेत?"

"नाहीत. विषारी हवेत माणसं कशी असणार?"

"पण विषारी हवेत जन्म झाला तर विषारी हवेची सवय नाही का व्हायची

त्यांना?''

मी पुन्हा गप्प झालो.

''बाबा?''

''काय रे?''

''मला गोष्ट सांगतोस?''

''आत्ता?''

''खूप दिवसांत तू मला गोष्टच सांगितली नाहीस!''

''बरं सांगतो!''

मी एक गोष्ट जुळवण्याचा प्रयत्न केला.

नकळत माझ्या गोष्टीत रत्नं आली. गुप्त खजिना आला. त्यातल्या एका जादूच्या इंद्रनील मण्याभोवती गोष्ट आकार घ्यायला लागली. त्या मण्याचा प्रभाव मी जसजसा वर्णन करू लागलो तसतसा टिंकू त्या इंद्रनीलात गुरफटला गेला. त्याच्या अतिमानवी शक्तीवर त्याचा सहज विश्वास बसला.

''बाबा?''

''अं?''

''इंद्रनीलाला इंग्लिशमध्ये काय म्हणतात?''

''सॅफायर!''

''मला एक सॅफायर आणून देशील?''

मी एकदम दचकलो. स्वतःच्या नकळत मी माझा ध्यास माझ्या मुलात रुजवला होता. तोही परीकथेसारख्या निष्पाप वाटणाऱ्या माध्यमातून! आता याचा परिणाम काय होईल? आणखी विसेक वर्षांनी यालाही असाच ध्यास लागेल का?

मी विषय बदलला. मी म्हणालो, ''टिंकू! चल, आपण खाली इराण्याकडे जाऊन कोका कोला पिऊ.''

''पण सॅफायरचं विसरू नको! बाबा, बघ हं!''

मी खरंच भेदरलो.

३२

एकदम भयं स्पष्ट झालीः समजा, मी सॅफायर आणला आणि तो अपशकुनी

ठरला तर टिंकूला काही व्हायचं तर नाही ?

माधवीचं काय होईल? चमत्कारिक मेलोड्रॅमॅटिक कल्पना वणव्यासारख्या डोक्यात फोफावल्या. आग, अपघात, आजार, चोरामाऱ्या, मरणं. जी जी गोष्ट अकल्पितपणे घडून आपल्या सुरक्षिततेच्या भावनेलाच हादरा देते ती ती गोष्ट दात विचकत समोर उभी राहिली. माधवी दुसऱ्या कोणाच्या प्रेमात पडून टिंकूसकट मला सोडून गेली तर? मला नोकरीवरून बडतर्फ करण्यात आलं तर? मला अत्यंत सावकाश पसरणारा, कधीच बरा होऊ न शकणारा, हळूहळू सगळं शरीर पांगळं करणारा रोग झाला तर?

एकदम मला वाटलं, केवढे असुरक्षित आपण!

पण मग वाटलं, यातील प्रत्येक गोष्ट सॅफायरशिवायही होऊ शकते. सॅफायरशिवाय घडली तर ती अकल्पित आणि सॅफायरसकट घडली तर सॅफायरमुळे घडली असंच मानायचं, एवढाच फरक!

सगळं अस्तित्वचं केवढं नाजूक आहे!

जरा धक्का लगला तर चक्काचूर. आणि आपण तर कसलंच रक्षण करू शकत नाही.

पण मग असं जर आहे तर एका क्षुल्लक खड्याचा तरी मोह का?

३३

क्षुल्लक खडा?

पुन्हा एकदा तो डोळ्यांसमोर उभा राहिला. अथांग निळा. उजळ. ओथंबलेला.

इथं दैवा-दुर्दैवाचा प्रश्न नव्हताच. मी प्रेमात पडलो होतो फार पूर्वीपासून. माझ्याही नकळत. मला तो खडा हवा होता. कसंही करून. मी सतत त्याच्याविरुद्ध आणि त्याच्या बाजूनं युक्तिवाद करत होतो तेही केवळ तो खडा सतत मनात खेळवण्यासाठीच. मला मनातून काही केल्या तो खडा काढून टाकता येत नव्हता, कारण तो मला मनातून काढून टाकायचाच नव्हता.

आता याला एक्झॉरसाईझ कसा करू? त्याची भूतबाधा कशी उतरवू? त्याच्या निळ्या मोहिनीत मी गुरफटून गेलो होतो.

नेपच्यूनबद्दल असं म्हणतात की हा ग्रह रोमँटिक गुरफटणुकीचा ग्रह आहे.

नेपच्यूनियन माणूस एखाद्या गोष्टीनं झपाटला की पुराच झपाटतो. तो माणूसही गूढ आणि आकर्षक वाटतो इतरांना. तितकाच तो अनिश्चित असतो.

समुद्रावर वादळापूर्वी जी शांतता असते ती नेपच्यूनची शांतता.

भरतीच्या लाटांचा जो विक्राळ, फेसाळ, लावण्यमय शृंगार असतो तो नेपच्यूनचा शृंगार. ते नेपच्यूनियन प्रेमप्रकरण.

ओहोटी येताच समुद्राचं समुद्रपण ओसरून जातं तशी नेपच्यूनची प्रेमप्रकरणं संपून जातात.

लोक सॅफायरचा गुरूशी, शुक्राशी, शनीशी संबंध लावतात. पण माझ्या मनात आलं, बहुधा हा नेपच्यूनचाच खडा.

ज्योतिषशास्त्राच्या कुठल्याशा पाश्चिमात्य पुस्तकात मी वाचलं की, नेपच्यून म्हणजे– अकल्पित, उत्कट प्रेमप्रकरणं. रोमँटिक कल्पनाविलास. फसवी शांतता. विषारी द्रव्यं. विषप्राशनाने येणारं मरण. विचित्र आकर्षण, गूढपणे खेचून घेणारे गुण. समजायला अवघड, विक्षिप्त व्यक्तिमत्त्वाचे लोक. अंतःस्फूर्तीने भविष्य जाणणारे लोक. भारून टाकणारे, मोहून घेणारे लोक. अतींद्रिय आकलनशक्ती असणाऱ्या व्यक्ती.

बऱ्याचदा दुष्ट प्रभाव. फारच थोड्यांना नेपच्यून लाभतो. ह्या प्रभावी ग्रहाच्या गुणधर्मांचं अजून नीटसं आकलन झालेलं नाही : ह्या बाबतीत तो पुष्कळसा युरेनस आणि प्लुटो ह्या ग्रहांसारखाच अपरिचित आहे. हे तिन्ही ग्रह पापग्रह मानले जाण्याचं तूर्त तरी एवढंच कारण दिसतं की त्यांच्याविषयी आपल्याला फारच अपुरी माहिती आहे.

चिन्ह, प्रतीक : नेपच्यूनचं प्रतीक त्रिशूळ हे आहे.

त्रिशूळ.

नेपच्यूनचा त्रिशूळ.

अचानक मला वाटलं : सॅफायर हा नक्कीच नेपच्यूनचा खडा. त्याच्या पोटात एक तेजाचा त्रिशूळ आहे.

दुसऱ्याच क्षणी मी जोरजोरात हसत सुटलो. थांबवेचना. डोळ्यांतून पाणी येत राहिलं.

नॉन्सेन्स!

नॉन्सेन्स!

केवढा गुंतागुंतीचा नॉन्सेन्स!

३४

दुसऱ्या दिवशी मंगळवार होता. मी सॅफायरचा विचार तसाच मनात दडपून ठेवला. संबंध दिवस मी माझे व्यवहार यांत्रिकपणे पार पाडले. प्रचंड कष्टाने मी नेहमीच्याच साध्या गोष्टी उरकल्या.

तो दिवस तर गेला.

पण बुधवारी सकाळीच आठवलं, आपण जवाहिऱ्याशी वायदा केलाय गुरुवारी येऊन सॅफायर घेण्याचा. म्हणजे आता त्या लहानशा खड्याची किंमत आणि प्लॅटिनम परवडलं नाही, तर निदान चांदीची अंगठी आणि घडणावळ एवढे तरी पैसे उभे करायलाच हवेत आजच्या दिवसात.

आजच्या दिवसात! एरव्ही सॅफायर विसरा.

पाठीमागे मारेकरी लागल्याप्रमाणे मी एकेका मित्राला फोन करत सुटलो. डेस्परेट जरूर आहे! किती कॅश स्पेअर करू शकतोस? कारण विचारू नकोस, गळ्याशी आलंय. असंच काहीतरी.

एकाच्या बहिणीचं लग्न, दुसऱ्याच्या बायकोचं बाळंतपण, तिसऱ्याचे वडील आजारी, चौथ्याकडे सध्या पैसे नाहीत पण महिन्यानंतर कदाचित थोडीफार सवड होऊ शकेल. इत्यादी.

अखेर एक वाजता काम झालं. एका मित्रानं बाहेर लंच दिला आणि रोख हजार रुपयेसुद्धा दिले मी भयंकर अडचणीत आहे असं समजून. मीही माझी अडचण त्याला सांगण्याच्या भानगडीत पडलो नाही. मर्दाच्या दुनियेत कोणी एकमेकांना अडचणी सांगतात थोडेच? इशारा काफी असतो.

संध्याकाळी माधवीला म्हणालो, ''उद्या माझा सॅफायर घरी येणार!''

''उद्या? पैसे कुठून आणलेस तू एवढे?'' ती हतबुद्धच झालेली दिसली.

मी सगळं सांगितलं. तिला ते आवडलेलं दिसलं नाही.

''फेडणार कसे?''

''बघू!'' मी म्हटलं, ''कदाचित मला सॅफायर लाभेलसुद्धा! लाभला तर बघ पैसे कसे नुसते वाहत येतील दाही दिशांनी!''

''ही जुगाऱ्याची विचारसरणी झाली!'' ती सुस्कारा टाकून म्हणाली, ''मला काही तुझं लक्षण ठीक दिसत नाही. पैसे मिळवशील रे तू खूप. मी कुठं नाही म्हणते? पण ते सगळे स्वतःच्या कष्टानं, मेहनतीनं, हिकमतीनं! असला शकुनाचा

खडाबिडा घेऊन फक्त वेड लागेल वेड! इतका दैववादी तू कधी झालास? आतापर्यंत तर दैववादाला एक आजार मानायचास तू. आता अचानक काय झालं?''

''शौक!''

''हो! मोठा आलाय शौक! इतका शौक आलाय तर दोन-चार पँट्स शिवून घे! आता शिवायला झालेत कपडे पुन्हा. जुन्या पँट्स सगळ्या धसायला लागल्यात.''

''चू! चू! तुला समजत कसं नाही, माधवी? पँट्स तर मी कळायला लागल्यापासून घालतच आलोय रोज! आता काही नागडा फिरत नाहीए मी शहरात! सॅफायरसारखी गोष्ट आयुष्यात एकदाच घेतात आणि तो मात्र मी आजवर कधीच घेतलेला नाही!''

''आणि बुद्धिवादाचं, आधुनिकतेचं काय झालं तुझ्या?''

''अग? ह्यात कसली काँट्राडिक्शन आहे? आयॅम इन लव्ह विथ सॅफायर्स दिस इज अ बेसिक अँड नॉन-डिस्कर्सिव्ह ट्रूथ! हे शब्दांत सांगता न येण्याजोगं सत्य आहे. प्रेमासारखं! ते थेट जाणवतं.''

''काय वाटेल ते कर!''

''तू येणार नाहीस माझ्याबरोबर?''

''मी कशाला येऊ?''

''वा! तू यायलाच पाहिजे!''

''हो! मी यायलाच पाहिजे! एवढी मोठी घटना तुझ्या आयुष्यातली! मी नको का साक्षीला? एक वेळ मला सवत आणत असतास तरी मी आले असते तिला मिरवत घरी आणायला! पण ही गोष्ट काही तू मला सांगू नकोस. मला हे पटत नाही. तू असलं काही करावंस हेच मुळी मला पटत नाही. हे तुझ्या मला ठाऊक असलेल्या स्वभावात बसतच नाही. इथं तूच मला कोणीतरी परका, अनोळखी माणूस वाटून मला भीती वाटते!''

''असं काय करतेस, माधवी? मी घेऊ नको का सॅफायर?''

''घे नं! एवढं मन जडलंय तर होऊन जाऊ दे एकदा काय मनात असेल ते! मी कोण तुला अडवणारी?''

''औपरोधिक बोलू नकोस! तुझी खरंच परवानगी आहे?''

''परवानगी? अहाहा! किती गोड वाटतं ऐकायला! जणू काय स्वतःचा

एकही हट्ट तू मला न विचारता कधीच पुरा केलेला नाहीस! जाऊ दे हा विषय, प्लीज! मला त्रास होतोय!''

''माधवी!''

मग तिला शांत करावं लागलं.

३५

मी अॅक्वेरियममध्ये गेलो होतो. आत शुकशुकाट. अंधार. फक्त समोरचं एक प्रचंड काचेचं भांडं उजळलेलं.

त्यात एक मासा होता. रत्नखचित. निश्चल. त्याचे डोळे माणसाचे होते. अंगावर हिरे, पाचू, पुष्कराज, माणकं, गोमेद नाना खडे. मी पुन्हा जवळून निरखून पाहिलं. इंद्रनील कुठं आहे? सॅफायर कुठं आहे?

सॅफायर कुठंच नव्हता.

मी शिडीवरून वर चढलो. पाण्यात सूर मारला. पाणी कापरासारखं पातळ होतं.

मासा विराट होता. त्याचं अंग लखलखत होतं. पण तो निश्चल होता. फक्त त्याचे खवले किंचित हलत होते. मी सूर मारला आणि त्याचा बंद अंधारा जबडा एकदम उघडला. मी घाबरलो. मी सरळ त्याच्या तोंडातच जात राहिलो. मला थांबताच येईना. मी खेचला, ओढला जात होतो.

आणि मग माझ्याभोवती तो जबडा मिटला. जिवंत अनोळखी काळोखात मी गिळला जात होतो.

हळूहळू डोळ्यासमोर एक काजवा प्रकाशतोय असं वाटलं. निळा खडा. मी जवळ, जवळ गेलो. होय सॅफायरच. माशाच्या पोटात उजळलेला.

सुमित्रा! मी सॅफायर पाहिलाय, सॅफायर! तो तूही पाहिलेला नाहीस! माधवी! तूही नाही! हा तर निळा विस्तव. ही मलूल, निळी आग, अधोमुख!

माझे तळहात!

माझे तळहात!

माझे तळहात रक्तबंबाळ झालेले होते आणि हळूहळू माझ्या रक्ताचा रंग कोबाल्ट ब्ल्यू होत गेला.

सगळंच निळं झालं. निळाभोर दाट निळोख. निळ्या रंगाचा एक चक्राकार जिना. अगदी खालच्या घननीळ पायरीशी जिनाच अदृश्य झालेला होता. समुद्र

विरघळून पियानो झाला. पियानो वितळून मासा झाला. मासा विरून तिथं निळा दीपस्तंभ उभारला. पण जहाजाचा अगोदरच चक्काचूर झालेला होता. त्याचं खडकावर आदळून फुटणं हृदयात तीव्रपणे जाणवलं होतं. मी ओरडलो, ''कॅप्टन! कॅप्टन!'' पण उत्तर नाही.

एकट्याचंच जहाज. कुठला कॅप्टन, कोण खलाशी, कोण प्रवासी!

मासा. समुद्र. पियानो. या सर्वांचा आटून एक त्रिकोण झाला. त्रिकोण? ही माधवी की सुमित्रा? प्रकाशाचं पोट थरथरलं. त्रिकोणातून एक लालभोर भुयार आत उलगडत गेलं. मी आत गेलो. आत. आत. आत. वाढत गेलो. खोलवर वाढत गेलो. गच्च झाल्या. भिंती गच्च झाल्या.

मासा. पुन्हा माशाबाहेर मी. त्याच्या डोळ्यात रेल्वे स्टेशनात असतं तसलं प्रकाशणारं घड्याळ. घड्याळातून टपटपा आकडे गळून गेले. डायल कोरी झाली. मासा आंधळा झाला. मी त्याला हात लावला. त्याच्या अंगाला जडवलेली सगळी रत्नं कुठं होती? त्याच्या अंगावर नुसत्या खाचा होत्या. डोळे काढून घेतल्यावर उरतात तसल्या. आणि त्या खाचांचा रंग शिशासारखा होता.

महाप्रलय.

मी मराठीत बोललो ते सगळं अरबी होऊन माझ्या तोंडाबाहेर पडलं. मुलगी हसली. तिचा निळा खडा अमानुषपणे चमकला. माझ्या उघड्या पाठीला तिची अंगठी लागली. मी माधवीचं पहिलं चुंबन घेतलं. तिचे ओठ निळे. सुमित्राचे डोळे होते उघडे आणि खोल.

आतले इंद्रनील पेटलेले होते की विझलेले हे कळलंच नाही.

३६

माझे दोन्ही तळहात माधवीच्या मांडीवर गच्च आवळले होते.

खालून एक लॉरी गेली...

मला भयंकर तहान लागलेली होती. मी उठून पाणी प्यायलो.

डॉक्टर फ्रॉईड, तुमची काय टाप लागलीय माझ्या स्वप्नाला शिवायची!

माधवी गाढ झोपलेली होती. मी तिच्या अंगावर चादर टाकली. टिंकूचा चेहरा झोपेत जास्तच निष्पाप दिसत होता. मी दार उघडून गॅलरीत गेलो. आकाशाकडे पाहिलं. नेहमीसारखंच. निर्विकार तरी चांदण्यांनी ओथंबलेलं.

माणसाची एक समजूत, दुसरं काय!

स्वतःची प्राचीन भयं, स्वतःच्याच प्रागैतिहासिक इच्छा.

आणि जणू काय नक्षत्रांनी तुमच्या-आमच्यावर अदबीनं आरसा धरून ठेवलाय : आत पाहा आणि भांग पाडा!

तसा, म्हटलं तर, माणूस असंबद्धच आहे ह्या विश्वाशी. तरीही बऱ्याचदा हक्काच्या मच्छरदाणीत वावरल्यासारखा वागतो इथं.

मच्छर!

परमेश्वर.

३७

कोणीतरी ह्या आकाशाचे, ह्या खगोलाचे बारा भाग केले. तीनशेसाठ अंशांचं एक वर्तुळ मानलं आणि तीस तीस अंशांच्या राशीत विभागलं : मेष, वृषभ, मिथुन, कर्क, सिंह, कन्या, तूळ, वश्चिक, धनु, मकर, कुंभ, मीन. आणि नंतर नक्षत्रं, ग्रह, तारे या सगळ्यांची एक कल्पित पण गुंतागुतीची व्यवस्था लावली. मग 'क्ष' नावाच्या माणसाचा जन्म होताच हजारो दिशांनी अनेक प्रकाशवर्षांच्या अंतरावरून किरण त्याच्याकडे येऊ लागले आणि 'ट्यॅहँ' म्हणायच्या आतच त्याच्या पिंडावर प्रकाशाच्या ह्या नाना छटांचा मिळून एक अपूर्व ठसा उमटू लागला. त्याचं मूळ व्यक्तित्व असं बनलं आणि पुढे वेळोवेळी ग्रहांच्या ज्या कमी-जास्त बऱ्यावाईट छाया पडल्या तसतसं त्याचं चरित्र उपजून उपलब्ध होत गेलं.

ह्यापेक्षा जास्त व्यवस्थेशीर बिनडोक सिद्धान्त असू तरी शकेल का?

आणि तरी हे केवढं काव्यात्म आहे! एवढी सगळी ब्रह्मांडभरची कनेक्शनं अन् नाती तुम्हा-आम्हाला नसती तर दगडात आणि आपल्यात काय फरक होता?

निसर्गाच्या 'रचने'तसुद्धा आपण भलतेच अर्थ नाही का शोधत?

सर्व काही विचार करून झाले की बघा जग कसं नेमकं होतं तसंच राहतं!

सॅफायरसुद्धा ह्यात बदल करू शकणार नाही.

एवढा विश्वविचार करून मी गाढ झोपून गेलो.

३८

गुरुवारी सकाळी मी खूप लवकर प्रातर्विधी आटोपले. दाढी केली, अंघोळ

केली आणि रेशमी शर्ट घातला.

सकाळपासून माधवी माझी सूक्ष्म टिंगल करत होती. म्हणजे फार अदबीनं तिनं मला पाणी तापवून दिलं आणि जणू काय दिवाळीसारखा सण असल्याप्रमाणे अंगाला उटणं, डोक्याला तेल लावू का विचारलं. ह्यात नाजूक उपरोध तर होताच, पण कुठेतरी खोल एक प्रकारचा विषादही होता. कदाचित सॅफायरबद्दल असूयासुद्धा असू शकेल : एका खड्याावर माझं एवढं प्रेम बसावं?

पहाटेचे प्रगल्भ विरक्त विचार मी विसरलो. खरंतर माझी वृत्तीच अनेकचित्त, अनेकतान असते. एकाच वेळेला नाना दिशांना माझी प्रेरणा धावते. उलटसुलट. पण मी सॅफायर घेणं आता माझ्या स्वभावानुसार अटळच होतं.

नऊ वाजता मी माधवीला म्हणालो, "हे काय? तू तयार होत नाहीस? तू येणार नाहीस?"

"टिंकूचं काय? त्याला शाळा आहे."

"आज बुडवू दे शाळा."

"जेवणाचं काय?"

"आज बाहेर जेवू सगळी आपण!"

"उगाच काय? त्याची परीक्षा आहे उद्या!"

"मग? मी जाऊ?"

"जा की! का टॅक्सी आणून देऊ?"

"थट्टा करू नकोस! एकदा सॅफायर येऊ दे, मग समजेल!"

"मला नको तो तुमचा सॅफायर! आणि त्यापासून मिळणारा लाभ नको!"

"बरं. मी येतोच."

थोडासा चिरडीला येऊनच मी बाहेर पडलो आणि चक्क टॅक्सी केली.

३९

या खेपेला दुकानात गर्दी कमी होती. सेल्समननं मला ओळखलं आणि आतल्या एअरकंडिशंड डायमंड सेक्शनमध्ये नेलं.

परवाचा गुजराती म्हातारा आत एका जोडप्याला हिरे दाखवत होता. मूर्खपणा! आणि आता सॅफायरची अंगठी घालून मी सरळ महालक्ष्मी रेसकोर्सला जायचीच खोटी की मला एकट्याला तडक जॅकपॉट लागणार!

आजोबांच्या गोष्टी आठवल्या. अशाच एखाद्या दुकानात चाळीस-पंचेचाळीस वर्षांपूर्वी ते बसत असणार. आणि त्यांच्या डोळ्यांपुढून गेलेले खडे : ते हिरे, ते पाचू आणि माणकं, ते पुष्कराज, ते इंद्रनील. इंद्रनील!

त्याचा नीलकंठ प्रकाश.

४०

मी एका प्रचंड जाळ्यात अडकतोय असं मला वाटलं. टिंकूएवढा असताना मी आजीकडून आणि इतरांच्या तोंडून आजोबांविषयीच्या दंतकथा ऐकल्या. हमालाच्या डोक्यावरल्या पाटीत कापडात गुंडाळून त्यांनी आणलेली नोटांची पुडकी. सणावाराला, उत्सवसमारंभाला, मंगल प्रसंगी त्यांनी खरेदी केलेले दागदागिने आणि रत्नं. हिऱ्यांच्या कुड्या, माणकं जडवलेल्या भरघोस मोत्यांचे कंठे, पाचू जडवलेल्या पाटल्या, नवरत्नांचा हार, शनीची अंगठी.

शनीची अंगठी.

एक गूढ कौटुंबिक परंपरा आपल्या अदृश्य पाशात ओढून मला अनाकलनीय दैवाच्या मार्गावर नेत होती. कोणीतरी फार अगोदरच निर्माण केलेल्या कहाण्यांना आणि ध्यासांना मी बळी जात होतो. कुठंतरी, कोणीतरी हे थांबवायलाच पाहिजे होतं.

हा प्रवाह एकदम थांबला. आत्मभान येऊन मी स्वतःला म्हटलं, "मूर्ख आहेस! तू अगदी स्वतंत्र आहेस! देश, भाषा, कुटुंब यांचा बळी नाहीस. तुझा त्यांच्याशी स्वेच्छेचा संबंध आहे. तू इथं आलास तो तुला स्वतःला सॅफायरचा मोह पडला म्हणून! तुला यात जे रहस्य जाणवंतय ते तुझं तू उकल! तूच त्याचा अनुभव घे! तूच त्याचा अर्थ लाव!"

"हां साहेब, आवो! पधारो!" म्हातारा माझ्याकडे पाहून म्हणत होता. मग तो सेल्समनला उद्देशून म्हणाला, "रमणलाल! पेलो सॅफायर लावजो जरा! आ साहेबे ते दिवसे ऑर्डर आपेली ने? जुवो, अलग मुकेलो छे केसमां! डब्बीना अंदर कागळऊपर साहेबनुं नाम पण लखेलू छे!"

४१

मी जणू काय अमली पदार्थांच्या धुंदीत होतो. भांग, चरस, अफीम, चंडोल, धत्तुरा, मेस्कॅलीन! किंवा मी लहानपणी चोरून वाचलेल्या 'अरबी

भाषेतील सुरस व चमत्कारिक गोष्टी'च्या जगात प्रत्यक्ष प्रवेश करत होतो. गालिचे, झुंबरं, कुंड्या, शिसवी नक्षी, संगमरवरी जाळ्या, हस्तीदंती मेजं, चांदीच्या ताटातील फळफळावळ, मद्याच्या सुरया, अत्तराचे फाये, धुपाचा आणि सुगंधी धुराचा दरवळ, नागमोडी तालावर वाजणारं डोलावेदार संगीत, अनावृत पोट आणि कंबरेचा घाट दाखवत नितंब झुलवत नाचणाऱ्या मादक दासी आणि त्यातल्या एकीच्या बेंबीत : सॅफायर! बेली डान्सच्या गोल घोळलेल्या उत्तेजक, इंद्रियोन्मादक हालचालींच्या केंद्रस्थानी असलेली ती निळी, हिप्नॉटिक चमक!

धूप. सब्जा. काळं सळसळणारं रेशीम. हिब्रू आणि अरेबिक अक्षरं, निळा धूर!

त्यानं केस उघडली.

आणि पुन्हा समोर –

सॅफायर!

४२

तो एक गूढ आनंद होता.

मखमालीवर पहुडलेला सॅफायर!

आजवर फक्त बुरख्यात दिसलेली राजकन्या संपूर्णपणे अनावृत होऊन स्वायत्त आणि उत्तान पहुडलेली थेट डोळ्यांसमोर!

त्या निळ्या ओटीपोटावरील कोमल हलाहलाची कांती.

ते नाजूक लावण्याचं जहर अर्क होऊन नीलाभ थेंबाएवढं प्रकाशणारं.

जणू काय प्रेमासारख्या रहस्यमय भावनेचा पृथ्वीच्या पोटात प्रचंड दाबाखाली स्फटिक पाडून, डबीत ठेवून, डबी उघडून कोणीतरी अदृश्य हातांनी माझ्यासमोर धरला होता.

बघ. बघून घे.

ही पर्वणी आहे.

माझा अनुभव लैंगिक अनुभवासारखा होता : संथ, अवैयक्तिक, अतिमानुष, पिसाट. त्याला घुसळली जाणारी सोनेरी आयाळ होती; काळाभोर पिसारा होता; घासले जाणारे गाल होते; ओलावलेले ओठ होते; जिभलीवर नाचणारी बिजली होती. अवयवांचे गोफ गुंफणारी प्रवाही गती होती; धबधब्यांची स्तब्धता होती; लाखो मधमाशांची गुणगुण होती; उमडघुमड होणारी अंगोपांगं होती;

जिव्हाळ्याचे ऋतू होते; अंतरात्म्याचा अचंबा होता.

माझा अनुभव संगीतासारखा होतो : कोणीतरी प्रकाशाची अनारंभ अहोरात्रांपलीकडली सिंफनी माझ्या डोळ्यांसमोर दृश्य रूपात सादर केली होती. त्या निळ्या रंगात जे तेज होतं त्याला रंगच नव्हता! शुभ्र म्हणावं तर ते अतोनात गहिरं, खोल होतं. एकाच प्रदीर्घ लाटेसारख्या मींडेत आपल्या कानांवर प्रत्येक श्रुतीच्या कणामधून स्रवणारा मूलषड्जाचा तेजोबिंदू.

अनेक वर्षांच्या प्रियाराधनेनंतर अकल्पितपणे प्रत्यक्ष रतिक्रीडेचा क्षण यावा तसं मला झालं होतं.

तंबोरा जुळून तारा थरथराव्यात तसा मी थरथरलो होतो; गुंतलो होतो.

''मी हा घेऊन जातो! रिसीट तयार करा!'' मी म्हणालो.

४३

दुकानाबाहेर पडलो तरी अजून मी त्या तेजानं गरगरलेल्या अवस्थेतच होतो. मी टॅक्सी थांबवली आणि म्हणालो. ''मरीन ड्राईव्ह, नरिमन पॉइंट'' कल्पनेचा आणि भावनेचा तो अप्रतिहत कल्लोळ मला आवरताच येत नव्हता. तशी इच्छाही नव्हती.

आता मी मोठ्या फिलार्मोनिक ऑर्केस्ट्राचा कंडक्टर झालो होतो. संगीतकृतीचा कंपोझरसुद्धा मीच होतो.

ओपस ९९ : द सॅफायर सिंफनी.

एव्हाना तिची तिसरी मूव्हमेंट चालू झालेली होती.

अचानक सगळ्या व्हॉयोलिन्सवर गज पडले.

ते थांबताच शांतता.

मग पियानोवर ती प्रचंड लाट उठली. तिनं सहस्रमुख नागाप्रमाणे आपली फडा उभारली. त्याबरोबरच फ्ल्यूट्स, हॉर्नस, ट्रॉम्बोन्स, ट्रंपेट्स, सॅक्सोफोन्स, ड्रम्स, सिंबल्स, चेलो– सगळी वाद्यं उठली. आकाशाला भिडून, शांततेची प्रचंड पोकळी निर्माण करून ती लाट नाहीशी झाली.

मग उरलं फक्त एकच व्हॉयोलिन आणि पियानो.

सॅफायर अवकाशात फिरत होता. त्याचे निळे पैलू चक्राकार फिरत होते.

ब्लूज.

निळ्या रंगाचे हृदय.

प्रकाशाचं आरंभापासून अंतापर्यंतचं कायम चालणारं स्पंदन. शिवशक्तीचं अनारंभ मैथुन.

४४

नरिमन पॉइंटपासून चर्चगेटच्या दिशेनं रेक्लमेशनवरून मी चाललो होतो.

दुपारच्या विक्राळ तेजातून.

पण माझ्याभोवती एक निळा गारवा होता. मी चालत नव्हतोच. मी चांदण्यांच्या पालखीतून चाललो होतो. अदृश्य भोयांनी ती पालखी खांद्यावर घेतलेली होती.

क्वचित मला आजूबाजूच्या तुरळक माणसांची जाणीव होई. पण त्यांच्याशी माझा संबंध नव्हता. पलीकडे लाटा फुटत होत्या; अलीकडे मोटारी सुरकांडत होत्या; पण मधोमध अध्धर तरंगत जाणारा मी इथलाही नव्हतो आणि तिथलाही नव्हतो.

मला एकदम वाटलं, सगळ्या गोष्टी कशा आता माझ्या कक्षेत आल्या. कुठेही मी जाऊ शकतो; मी काहीही करू शकतो आणि तरीही मी स्वतः कशाच्याही कक्षेत नाही. मी एका निराळ्याच निळ्या परिमाणात गेलो आहे.

आज मला काहीच करायचं नव्हतं. मी नुसताच हिंडणार होतो.

मोकळा, मोकळा, मोकळा.

सबंध जन्मात प्रथमच इतका आतून–बाहेरून मोकळा.

४५

घरी परतलो तेव्हा सात वाजलेले. माधवीनं दार उघडलं. घरात शांतता. नशा उतरल्यावर हँगओव्हर राहावी तशी माझी स्थिती झालेली होती.

घरातला तो रोजचा पिवळसर साठ वॅट्सचा उजेड, ते मूर्ख फर्निचर, ती भांडी.

मला एकदम ते सगळं परकं वाटलं. आणि माधवीसुद्धा. कॉटनची जुनेर साडी, बाह्यांना ढिला होणारा पांढरा ब्लाऊज, वाळके दंड, ओढलेला निस्तेज चेहरा.

सगळं घरच मला मलूल, आजारी वाटलं.

पाहिलं तर टिंकू झोपलेला.

“हे काय? टिंकू इतका लवकर कसा झोपून गेला?”

“त्याला ताप आलाय,” माधवी म्हणाली. “तू गेलास अन् त्याला ताप भरला. दुपारी दोन होता. आत्ताच शंभरावर आलाय. मी ॲस्पिरिन दिलंय त्याला. वाट पाहूया आजची रात्र. उतरला नाही तर उद्या सकाळी नेऊ डॉक्टरकडे!”

मी एकदम चरकलो. छे:! शक्यच नाही! असं असणं शक्य नाही! नेमका आजच?

“चहा घेणार? थांब, गरम करायचाय फक्त.”

“मी खाली इराण्याकडे जाऊन डॉक्टरांना फोन करू का?”

“फोन कशाला? ते सांगणार घेऊन या त्याला!”

“घरी बोलावतो.”

“एवढ्याशा तापासाठी घरी आणि त्यांची व्हिजीट फी द्यायला काय पैसे वर आलेत आपले? काही नको. उतरेल एवढ्यात. सर्दीचाच दिसतोय. आता घामसुद्धा येतोय त्याला.”

माधवीनं स्टोव्हवर दुधाचं भांडं ठेवलं. मग पितळी स्टोव्हला जोरजोरात पंप करून त्याची क्षीण ज्योत जराशी उत्साही बनवली. स्टोव्हचा आवाज आता जरा स्पष्ट ऐकायला यायला लागला.

मी खुर्चीवर बसून माधवीकडे पाहत राहिलो. तिच्या उघड्या हातांवर पडलेले पाण्याचे थेंब चमकत होते. आपल्यासाठी खस्ता काढून ऐन तारुण्यात कोमेजून गेली ही! काहीतरी करायला पाहिजे हिच्यासाठी. हिला विश्रांती घ्यायला हवी; कुठंतरी सहली-सफरीला न्यायला हवी! हिचा उत्साह परत यायला हवा!

मी तसाच बसून राहिलो.

“सॅफायर आणला का?”

अपराधल्यासारखं वाटून मी एकदम आक्रसलो.

मी काही गुन्हा तर नाही केला ह्या दोघांविरुद्ध?

“हो.”

“बघू?”

माधवी माझ्याजवळ येऊन उभी राहिली. मी मुकाट्यानं खिशातून डबी काढली. तिच्यापुढे धरली.

“असं काय? उघडून तरी दाखव!”

मी डबी उघडली.

दिव्याच्या साठ वॅट्सच्या कृत्रिम प्रकाशात त्याचं सौंदर्य काय दिसणार? तरी पण माधवी त्याच्याकडे टक लावून बघत राहिली. तिला नेमकं काय वाटत होतं हे तिच्या चेहऱ्यावरून कळणं कठीण होतं.

''सुंदर आहे!'' एक उसासा टाकल्यासारखं ती म्हणाली, ''उद्या सकाळी पाहिला पाहिजे!''

''तुला आवडला? तू घालशील याची अंगठी?''

माधवीनं एकदम शहारल्यासारखं केलं, ''नको रे बाबा! असला शकुनाचा खडा मी नाही वापरणार!''

''का? अंधश्रद्धा म्हणून?''

''नकोच. तू आवडीनं आणलायस तर तूच वापर!''

इतक्यात टिंकू जागा झाला. डोळे उघडून म्हणाला, ''बाबा? सॅफायर आणलास? मला दाखव! मला! मला! मला!''

तो बिछान्यात उठूनसुद्धा बसला.

४६

मी आणि टिंकू

टिंकू म्हणाला, ''हॅट् बाबा! तुला दुकानदारांनी फसवलं! सॅफायर असा नसतो काही!''

''मग कसा असतो?''

टिंकू दोन्ही हातांनी अवघड अभिनय करण्याचा प्रयत्न करीत होता. त्याचे डोळे चमकत होते.

''तो...तो....तो...निळा... म्हणजे अगदी जादूचा निळा असतो... त्याच्या मधून लाईट बाहेर पडतो...म्हणजे खरा सॅफायर आपल्याकडे असला आणि आपण दिवा विझवून टाकला तरी सॅफायरचा निळा प्रकाश पडतो!''

मी हसलो.

''अरे! हा काही गोष्टीतला सॅफायर नाही! हाच खरा सॅफायर! गोष्टीतला सॅफायर खोटा असतो! आपल्याला राक्षस, पऱ्या, जादूगार दिसतात का? ते फक्त गोष्टीतच असतात. तसाच जादूचा निळा खडा फक्त गोष्टीतच असतो!''

सॅफायर

"खोटं बोलू नकोस!" टिंकू चिडून म्हणाला. त्याच्या जादूवरल्या विश्वासावरच मी आघात केलेला होता.

"आता डोळे मीट! तुला दिसलाच पाहिजे राक्षस! मला पऱ्यासुद्धा दिसतात! मी पाहिलाय सॅफायर! तो असा नसतोच मुळी!"

टिंकूची माझा सॅफायर बघून अगदीच निराशा झाली होती. त्याच्या दृष्टीनं त्याला आकार, तेज काहीच नव्हतं. माझं समाधान करावं म्हणून तो समजुतीच्या स्वरात म्हणाला, "बघूया! एखादे वेळेस हा साधा दिसत असला तरी जादूचासुद्धा असेल!"

४७

रात्री माधवी म्हणाली, "आज मी जवळ नको नं? सॅफायर असेल उशाशी!"

मी म्हणालो, "आता मात्र फारच झालं हं! दुसरा विषयच नाही का?"

"कालपर्यंत तरी नव्हता," माधवी म्हणाली, "आजपासून पुन्हा सुरू झाले का दुसरे विषय?"

शेवटी रात्री झोपताना मी ती डबी उशाशी ठेवली आणि दिवा विझवला धडधडत्या छातीनं.

४८

ती बाई. नग्न. पाठमोरी. पाय दुमडून बसलेली. तैलचित्रासारखी. निश्चल. तिच्या एका हातात फणी होती. नुसतीच घट्ट धरलेली आणि तिचा अंबाडा अर्धवट सुटलेला होता.

मी तिच्या खांद्यावरून तिच्या गळ्यात दोन्ही हात टाकले. माझ्या उजव्या हातात सॅफायरची अंगठी होती.

"आता काय उपयोग? मी आता तरुण राहिले नाही. आणि तूही आता तो अननुभवी पण उत्कट, भावपूर्ण डोळ्यांचा मुलगा राहिला नाहीस. आता तूही पुरुष झालेला आहेस पुरताच. हिशोबी, स्वार्थी, निष्ठुर, आक्रमक आणि अहंकारी. आता कशाला आलास? उशीर झाला. ती वेळ तेव्हाच येऊन टळून गेली."

माझे डोळे अंबाड्यात गुरफटले. इथं फुलं होती, चाफ्याची, ती कुठं गेली?

४९

गाडी जोरात डांबरावरून धावत होती. निऑनच्या जाहिराती. प्रकाशणाऱ्या अक्षरांचे पटच्या पट.

५०

दार उघडून बाहेर पडलो तर दुपार. समोर एक पडकं देऊळ होतं. मी आत गेलो. पुडाभर उदबत्त्या. एक नुक्ता फोडलेला नारळ. गच्च पांढरा हार! समोर तिची मूर्ती. एक पाऊल किंचित उचललेलं. स्तनं उत्फुल्ल. मांड्यांच्या ओघाला अपूर्व गोलाई. डोळे मात्र विस्फारलेले. ओठांवर एक कूट स्मित. एका हातात खड्ग. माझ्या डोळ्यांवर तेजस्वी निळी झापड आली. विचित्र भौमितिक रांगोळ्या. कॅलायडोस्कोपमधल्या. माझ्या कानांवर शब्द आले, ''पाहिलास निळा रंग?''

''निळा रंग!''

''निळा रंग!''

शब्दांचे प्रतिध्वनी घुमत राहिले. फिरत राहिले. सॅफायरसारखे. प्रतिध्वनींचे पैलू. क्रमाक्रमाने उजळणारे. एक तेजस्वी निळा तारा. निळी उष्णता.

निळा?

मी आंधळा झालोय या निळ्यानं! आता मला अंधारसुद्धा दिसत नाही!

उदबत्त्यांचा घमघमाट.

नारळ फुटतो. डोळ्यांसमोर दोन कवडी अलग होतात. आत पांढरंशुभ्र रहस्यमय हास्य.

५१

जत्रेत मी हरवलो. पण मग जत्राच एकदम विरून गेली. शर्टाला तोंड पुसत मी दगडी पायऱ्यांवर उभा. भयंकर तहान लागलेली. पायऱ्यांवर पाहिलं : चुरमुरे, फुटाणे, गूळ. तसाच वर पायऱ्या चढत गेलो. थेट देवळात.

आत एक प्रचंड पितळी घंटा होती. पण माझा हातच पोचेना. मी उडी मारली. दोरी हातात आली. घंटा वाजली. मी खाली पडलो. घंटा एकदाच वाजली. पण भोवती काळोख. कोणी नाही. मी घाबरलो.

समोर पाहतो तर स्वतः देवी उतरून आली! विवस्त्र!

सॅफायर   ४७

मी मटकन तेथंच बसलो.

माणसानं कधीच बघू नये ते तिचं रूप मला दिसलं होतं.

ती म्हणाली, ''तू अजून लहान आहेस! मोठा हो! परत ये!'' तिनं हात पसरले.

घंटा घणघणायला लागली आणि आता मात्र ती थांबेचना!

५२

पुन्हा इजिप्त.

आब्दल, माझा गाईड, अन् मी.

लक्झरची संध्याकाळ.

इजिप्शियन ब्ल्यू.

पण हा जो दगड आहे निळा त्याला लापिस लाझुलाय म्हणतात.

हा सॅफायर नव्हे.

सॅफायर म्हणजे साक्षात शंकराचा गळा, कालकूट पिऊन प्रकाशणारा निळा.

५३

सुमित्रा?

अशी अचानक दुपारी कशी आलीस? एकटीच?

सॅफायर पाहायला?

तुला हवा?

तुलाच देणार होतो! आठवतं? एकदा मी दुपारी लायब्ररीतून आलो होतो? तुझे अलाहाबादचे दीर वारले त्या वेळी गं! आठवलं?

सुमित्रा, तू गप्प का?

तुला काय झालं अचानक?

नको! ओ माय गॉड!

हे पाप आहे. हे पाप आहे. हे पाप आहे.

सगळं भयंकर आपोआप आहे!

सॅफायर!

५४

तांबडं फुटण्यापूर्वीच्या अंधाऱ्या पहाटे जेव्हा झोपेतला काळोख नुकताच शुभ्र व्हायला लागलेला असतो तेव्हा लांबून ती ओवी कानावर पडायला लागली :

''निळिये सारणी वाहे मोतीयाचे पाणी
चिंतामणी अंगणी पेरीयेला.
कैसा हा माव करु गोविला संसारू
कृष्णसंगे धुरंधरू तरलो आम्ही.
हिरियाच्या खाणी दिव्य तेज मणी
सापडला अंगणी सये मज.
सूर्यकररश्मी चंद्रअहमस्मी
प्रकट झाल्या रश्मी जेथुनिया.
कल्पतरू चोखु चिंतामणी वेखु
मनामाजी हरिखु देखियेला.
ज्ञानदेवी वल्ली विद्युल्लता सलीली
फळपाके दुल्ली दुभंगल्या.''

कोणाचा आवाज होता तो? पुन्हा झोपेतला सगळा अंधार ढवळून गेला. पुन्हा गाढ निद्रेत मी बुडून स्तब्ध झालो.

५५

गाढ निळ्या झोपेतून मला जाग येतेय.

हे सगळं मला अगोदरच ठाऊक होतं.

ज्या गोष्टी मला वस्तुरूपात कधीच मिळणार नव्हत्या त्यांचाच सॅफायर बनला होता.

हा हातात धरता येतो. त्याचा प्रकाश दिसतो.

म्हणून.

देव दिसत नाही. फार काय, मानवी भावनाही दिसत नाही. दिसतात भाषा, आविर्भाव. निळा रंग दिसत नाही. निळ्या वस्तू दिसतात.

५६

मी कूस वळलो.

मला माधवीचा चेहरा दिसला. तिनं कधीच सॅफायर पाहिला नव्हता.

शांत, निष्पाप ती झोपली होती.

मला वेड लागलंय का?

५७

पृथ्वीच्या पोटात तो झोपून होता. जिथं कार्बनची अरण्यं शुभ्र झालेली आहेत. पृथ्वीचं मस्कती डाळिंब फुटलं तरच ही सगळी गूढ रत्नं बाहेर येतील.

एक निळं डाळिंब : सॅफायरचे दाणे जडवलेलं.

मला वेड लागलंय. सॅफायर मॅनिया.

त्या निळ्या निषादाच्या ज्योतीत एक नग्न स्त्री आहे. माझ्या पुरुषी नाकपुड्यांना तो तीव्रकोमल सुगंध झोंबतो. तिनं आपले डोळे मिटून घेतलेले आहेत.

५८

एकदा रात्री अंधारात ती माझ्या बिछान्यावर येऊन बसली होती, माझ्या पायांशी. माझ्या पायांना तिच्या नितंबांचा स्पर्श होत होता. मी तिचा दंड धरला. अचानक तिचं सबंध अंग थरारलेलं मला जाणवलं.

मी अचानक एका अतिमानुष प्रेरणेनं उठून बसलो. घट्ट धरलेल्या तिच्या दंडावरून मी माझे ओठ फिरवले.

दुतर्फा रोमांचांची अरण्यं पसरली; फैलावली आणि अचानक पृथ्वी फाटून लाव्हा बाहेर उसळला. ते रोमांच त्या लाव्हाखाली दडपले, गाडले गेले आणि तो लाव्हा थिजून दगड झाला.

५९

पुन्हा हजारो वर्षांनंतर मी जमीन खणत होतो. खणता खणता पाहिलं तर तेजस्वी निळ्या दगडात पुन्हा तेच रोमांचांचं अरण्य.

मी ते उचलून हातात धरलं.

ते म्हणाले : इट इज ईव्हिल! हे पाप आहे! हा खडा तुला लाभणार नाही!

मी पाहिलं.

सॅफायर.

जे कधी काळी उष्ण, मुसमुसणारं होतं त्याचाच आता हा तेजस्वी, थंडगार, वज्रकठोर स्फटिक झालेला होता!

६०

शुक्रवार सकाळ.

मिल्क सेंटरवरल्या बाटल्यांच्या आवाजानं मला जाग आली. मी आठवून पाह्यलं. आपल्याला काय स्वप्न पडलं? चांगलं का वाईट? काहीच नेमकं सांगता येईना!

६१

शनिवार

काही नाही.

६२

संभाजीराव पगारांनी आग्रह केला म्हणून त्यांच्याबरोबर महालक्ष्मीला रेसला गेलो.

चक्क ट्रेबल पूल लागला. पावणेतीन हजार रुपये.

आणि मला घोड्यांची नावंसुद्धा ठाऊक नव्हती.

संभाजीराव म्हणाले, ''वा साहेब! ह्याला म्हणतात बिगिनर्स लक! येत जा राव आता आमच्याबरोबर अधूनमधून. तेवढीच तुमची कंपनी मिळेल.''

संभाजीराव जुना संस्थानी संस्कारांचा माणूस. तिथून संध्याकाळी मला विल्डिंग्डन क्लबवर जेवायला घेऊन गेले.

जेवणापूर्वी स्कॉच पाजली. त्याच वेळी त्यांचा एक जुना मित्र भेटला. बेहराम बलसारा. संभाजीरावांच्याच वयाचा असेल. पन्नाशी उलटलेला. त्याचे पुढे आलेले दात काहीसे त्याच्या प्रचंड छपरी मिशांनी झाकलेले होते. बलसारानं लग्न केलेलं नव्हतं आणि आपल्यासाठी मुलगी बघायला तो पगारांना वारंवार विनोदानं विनवत होता.

बलसारानं सहज संभाषणात माझी चौकशी करून माझ्याबद्दलची माहिती विचारली.

आमच्या गप्पा खूप रंगल्या. संभाजीराव एके काळी उत्कृष्ट पोलो खेळायचे. बडोद्याच्या महाराजांच्या टीममध्येच असायचे. उत्तम अश्वपटू. संस्थानं खालसा झाल्यानंतर ते नेमकं काय करायचे हे मी कधी त्यांना विचारलं नाही आणि त्यांनी कधी मला सांगितलं नाही. माझ्या मामाचे ते लंगोटीयार. त्यामुळे त्यांना मी लहानपणापासून ठाऊक. मुंबईत असले की माझ्या ऑफिसात फोन करून मला बोलावून घेत. चौकस स्वभावाचा खास गायकवाडी संस्कारांचा माणूस. गप्पा मारण्याची फार आवड. पण गप्पांच्या ओघातसुद्धा आपण एखाद्या पुस्तकाचा, लेखाचा उल्लेख केला तर चटदिशी नोटबुक काढून त्याचा नावनिशीवार संदर्भ नोंदून ठेवणार. बेहराम बलसारासुद्धा मला भलताच दिलचस्प माणूस वाटला. पाचगणीला त्याचा फार्म होता; बलसाडला वडिलोपार्जित घर; कफ परेडला बंगला. बंगल्यात तो आणि त्याचा ९७ वर्षं वयाचा स्मृतिभ्रंश झालेला चुलता बोमनजी बलसारा हे दोघेच राहायचे.

''द बेस्ट थिंग अबाऊट माय अंकल,'' बेहराम म्हणाला, ''इज दॅट ही कॅनॉट रिमेम्बर इव्हन हिमसेल्फ. तो मने केवी रीते ओळखे? बोलो! बध्धुज भूली गयो छे! काई पण याद नथी! केटलो लकी माणस, अँ संभाजी? तारा जेवो मेमरीनो व्हिक्टिम नथी!''

संभाजीरावांनी नजर दूर वळवली. ते व्यथित झालेले दिसत होते. बलसारानं नेमका त्यांच्या कोणत्या स्मृतीचा उल्लेख केला ते आपसात ते दोघंच जाणोत.

काही वेळानं बलसारानं अचानक माझा हात पाहायला मागितला. संभाजीराव म्हणाले, ''भाग्यवान आहात! एरव्ही ह्याच्या लोक मागं लागतात तरी हा सहसा बघत नाही. फार उत्तम इनसाईट आहे ह्याला!''

''मने फ्लॅटर नही करतो संभाजी!''

बलसारा म्हणाला, ''मारु ट्रेनिंग केमिस्टनुं छे पण मारी इनक्लिनेशन पामि स्टनी छे!''

मग माझा हात बघून बलसारानं माझा डावा हात पाहायला मागितला. दोन्ही हात बघून झाल्यावर तो मला म्हणाला, ''लकी छो! व्हेरी, व्हेरी लकी! बट नेव्हर स्ट्रेच युवर लक टू फार, यंग मॅन, ऑर यू विल ड्रिफ्ट टू फार फ्रॉम युवरसेल्फ.''

६३

सोमवार.

ती माझ्या स्वाधीन होते. उत्कटपणे. पण हेही अपेक्षितच होतं.

अपेक्षित?

अपेक्षित नव्हतं. पण सॅफायर जवळ बाळगल्यापासून कसलंच आश्चर्य वाटत नाही.

ती कोण?

ला मुचाचा?

ला मुचाचा.

म्हणजे मुलगी.

मुलगी?

जिचे स्तन आणि नितंब वाढीला लागलेले असतात तिला मुलगी कसं म्हणायचं?

मुचाचा.

मी क्लॉडियाला लाडानं मुचाचा म्हणायचो. खरं तर मुचाचा हा स्पॅनिश शब्द आहे आणि क्लॉडिया आहे गोव्याची, फारात फार पोर्च्युगीज.

ऑफिसातली माझी सेक्रेटरी.

मी ज्या अमेरिकन कंपनीत काम करतो तिच्यात अर्थातच सगळे वरचे साहेब अमेरिकन आहेत.

आणि अखेर क्लॉडियावर कोण चढेल ह्याचंही उत्तर ह्यातच आहे.

पण आज क्लॉडिया अचानक माझ्याशी बोलताना माझ्या मिठीत शिरून रडली.

आणि नंतर तिचं सगळंच शरीर तिनं माझ्या स्वाधीन केलं.

क्लॉडिया? सॅफायरच्या निळ्या जाळ्यात तू सापडलीस का?

६४

मंगळवार.

आदल्या रात्री क्लॉडियाबरोबर वांद्र्याला तिच्या घरी घेतलेली वाईन अजून डोळ्यांवर असतानाच मी घरातून बाहेर पडलो. टिंकू झोपलेला होता. इतका लवकर मी तयार झालेला पाहून माधवीला आश्चर्य वाटलं होतं. पण आमच्या

ऑफिसात अधूनमधून अशा घाईगर्दीच्या वेळासुद्धा यायच्या हे तिला ठाऊक होतं.

६५

सकाळी नऊ वाजता आमचा मॅनेजिंग डायरेक्टर जोझेफ सिल्व्हरस्टन यानं मला बोलावलं होतं. अमेरिकन पद्धतीनुसार त्याला ऑफिसात 'बिग जो' असं टोपण नाव होतं.

एमडीच्या खोलीत मी शिरलो तेव्हा सव्वासहा फूट उंचीचा धिप्पाड सिल्व्हरस्टन खिडकीतून बाहेर बघत होता.

न वळताच तो म्हणाला, ''गुड मॉर्निंग! इफ यू केअर फॉर सम कॉफी प्लीज प्रेस द बझर फॉर फिलिस. आय डोंट केअर इफ यू डोंट वाँट कॉफी, आयव्ह हॅड माईन! सोऽऽ? व्हॉट आर यू अप टू दीज डेज?''

नंतरच्या अर्ध्या तासात सिल्व्हरस्टननं मला कंपनीच्या माझ्याविषयीच्या योजना थोडक्यात सांगितल्या. पुढल्या महिन्यात मला अमेरिकेत शिकागो शहरात कंपनीच्या मुख्य ऑफिसात दोन आठवडे काढून मग आणखी दोन आठवड्यांच्या ट्रेनिंगसाठी न्यूयॉर्कला जावं लागणार. परत मुंबईला येऊन हाँगकाँगला दोन वर्षांसाठी जाण्याची तयारी करावी लागणार. हाँगकाँग, सिंगापूर, जाकार्ता, किंवा मॅनिला यांच्यापैकी कोणत्या तरी एका शाखेत दोन वर्षांचा अनुभव घेतल्यावर मला एशियन, पॅसिफिक, लॅटिन, अमेरिकन, किंवा आफ्रिकन विभागात वरच्या पदाची सूत्रं मिळणार.

फक्त पुढची पाच वर्षं मी नोकरी सोडणार नाही असा बाँड लिहून द्यायचा. बिग जोच्या शब्दांत ''धिस कंपनी बिलीव्हज इन टू वे रॉबरीज. यू रॉब अस ओन्ली इफ यू लेट अस रॉब यू इन रिटर्न फेअर डील, डोंच्यू थिंक?''

मी म्हणालो, ''विचार करीन.''

सिल्व्हरस्टन म्हणाला, ''ठीक आहे. पण फार विचार करू नकोस. शुक्रवारी संध्याकाळी चार वाजता विचार थांबवून कृती कर म्हणजे झालं!''

६६

बुधवार

माधवी दिवसभर गप्प. तिला मी अमेरिकेला जाणं आणि नंतर भारताबाहेर

दोन वर्षं राहणं, कदाचित पुढची अनेक वर्षं परदेशात राहणं ही कल्पनाच समजू शकत नाही. ती अत्यंत अस्वस्थ झालेली आहे. टिंकू म्हणतो, ''बाबा! तू हल्ली मला गोष्टच सांगत नाहीस!''

६७

गुरुवार.

आम्ही सुमित्राकडे जातो.

पण कंपनी मला अमेरिकेला आणि पुढे हाँगकाँगला पाठवणार हे ऐकून जणू काय आपणच परदेशी जाणार अशी सुमित्रा हरखली. गरीब देशातली मध्यमवर्गीय माणसं किंचित उत्तेजन मिळताच श्रीमंतीची आणि वैभवाची जी स्वप्नं पाहू लागतात ती ती पाहू लागली.

''मला वाटतच होतं, तू कधीतरी नाव काढणार! सर्वांच्या इच्छा पुऱ्या करणार!'' सुमित्रा म्हणाली.

मी तिच्या बोलण्यानं नव्हे, पण सुमित्राला माझं पूर्वीपासून कौतुक आहे हे पुन्हा एकदा कळून सुखावलो.

''मला वाटतं की कंपनीच्या ऑफरला नकार द्यावा,'' थंडगार आणि स्पष्ट आवाजात माधवी म्हणाली, ''पाच वर्षांचा बाँड लिहून द्यायचा म्हणजे गुलामगिरीच! परदेशात आवडलं नाही, तरी मूग गिळून राहावं लागेल!''

''अग, असं काय करतेस तू?'' सुमित्रा म्हणाली. ''त्या पाच वर्षांत तुम्ही तिथं जितकं कमवाल तितकं इथं कमवायला वीस वर्षं लागतील. मी म्हणते उपयोग काय अशा संधीचा जर ती घेण्याची बुद्धीच झाली नाही तर?''

''टिंकूच्या शिक्षणाचं काय? हाँगकाँगला शिकणाराय तो? का सिंगापूर, बँकॉक, मॅनिला, जाकार्ताच्या शाळेत जाणार? आणि अशा संस्कारांनंतर कोणत्या देशात तो घरच्यासारखा राहणार आहे? सगळ्या गोष्टी पैशांनी मिळत नाहीत! मला नाही बाई ह्या बदलीचा मोह वाटत!''

''जग भराभरा पुढे जातंय,'' सुमित्रा म्हणाली, ''अग आहेस कुठं तू? आपले लोक आता थेट कॅनडा आणि यूएसएपर्यंत पोचलेत आणि त्यांचं सगळं व्यवस्थित चाललंय.''

''आपले लोक चंद्रावर किंवा मंगळावर जाईनात का! मला आपलं इथंच

बरं वाटतं आपल्या माणसांमध्ये'' माधवी म्हणाली.

''मी तुझ्या जागी असते नं माधवी,'' सुमित्रा म्हणाली, आणि आपल्या म्हणण्याचा भलताच अर्थ तर व्हायचा नाही असं वाटून चपापून गोंधळली, ''तर...''

''तर हा नक्कीच सुखी झाला असता!'' माधवी जांभई देत म्हणाली, ''ह्याचा हा अस्थिर स्वभाव, भटकेपणा, नवनव्या गोष्टींमागे जायची वृत्ती हे सगळं तुला मानवलं असतं ग! मला मात्र ते झेपत नाही! चला, जाऊया घरी? उद्या सकाळी टिंकूला शाळा आहे!''

''मी कंपनीची ऑफर नाकारतो उद्याच,'' मी म्हणालो, ''मला माझा निर्णय उद्या संध्याकाळीच कळवायला लागणार आहे!''

''अरे? इतकी घाई काय करता?'' सुमित्रा म्हणाली, ''त्रागा करू नकोस! आणि तूही नीट विचार कर, माधवी! अशी संधी वारंवार यायची नाही!''

''चलतो!'' मी उठत म्हणालो, ''तुझ्या सल्ल्याबद्दल थँक्स, सुमित्रा! आणि वांग्याची भाजी फर्स्ट क्लास झाली होती! लक्षात राहील चव!''

६८

आयुष्य सोपं आहे.

फक्त कंटाळा येतो अधूनमधून.

जितकं ते सोपं होत जातं तितका कंटाळा येत जातो त्याचा. धोका नाही म्हणजे धाडस नाही. अडचण नाही म्हणजे प्रयास नाही. निराशा नाही म्हणजे स्फुरण नाही. अपयश नाही म्हणजे प्रयोग नाही. पराभव नाही म्हणजे शहाणपण नाही.

आयुष्य कायम अवघड असावं; गुंतागुंतीचं असावं; निर्णायक असावं. निकरावर येऊन लढल्यासारखं जगण्यात जो जोश आणि आवेश असतो त्याचाही एक वेगळाच नशा आहे.

मी सॅफायर घेतला, जवळ बाळगला तो काही माझं आयुष्य सोपं आणि सहजपणे सुखी व्हावं म्हणून नव्हे.

मी सॅफायर घेतला तो सॅफायरचा प्रभाव आजमावून पाहायला. त्या खड्याची आणि माझी परस्परांवर काय क्रिया-प्रतिक्रिया घडते याचा अनुभव घ्यायला.

खरंतर—

खरंतर मी सॅफायर का घेतला हे माझं मलाच सांगता येत नाही.

हे अटळच होतं का?

अटळ म्हटलं की मी शहारतो. दैवाची कल्पना मलाही सहन होत नाही. कारण दैव नावाची चीज असली तर माणसाच्या हातात अखेर काहीच नाही. स्वतःचं सुखदुःखसुद्धा. आणि जगाचा अर्थ.

६९

कंपनीच्या ऑफरला मी नकार दिला तरी बिग जो सिल्व्हरस्टन माझ्यावर नाराज झाला नाही. उलट मलबार हिलच्या लिटल गिब्ज रोडवरच्या आपल्या आलिशान घरी त्यानं मला कॉकटेल्ससाठी बोलावलं आणि दारू पिता पिता त्यानं मला सांगून टाकलं की इथं भारतातच मला कंपनी दोन वर्षांत मोठी पोझिशन देईल. माझ्याऐवजी बॅनर्जीला अमेरिकेला आणि हाँगकाँगला पाठवण्यात येणार होतं आणि बॅनर्जीच्या ऐवजी भारतातल्या नंबर तीनच्या पदासाठी माझा विचार होणार होता. पहिल्या दोन क्रमांकांची स्थानं अमेरिकनांना द्यायची असा कंपनीचा अलिखित संकेत होता, पण आता लवकरच कंपनीचं भारतीयीकरण करण्यात येणार होतं, कारण केंद्र सरकारच्या बहुराष्ट्रीय कंपन्यांबाबतच्या कडक धोरणाचा कंपनीला सुगावा लागला होता.

मी सुटकेचा निःश्वास टाकला. सिल्व्हरस्टन म्हणाला, ''डोंट कोट मी, बट आय थिंक यू आर अॅट लीस्ट टेन टाइम्स स्मार्टर दॅन दॅट पुअर गाय बॅनर्जी! ही जस्ट फेल फॉर द ट्रिप टु दि यूएस.''

७०

कंपनीनं मला एकदम बढती, पगारवाढ आणि सुखसोयी देऊ केल्या. वरळीला दोन बेडरूमचा फर्निश्ड फ्लॅट, टेलिफोनसकट, कंपनीच्या ताब्यात होता आणि आहुजा नावाचा एक मार्केटिंग मॅनेजर वारल्यापासून रिकामाच होता. तो मला मिळाला. शिवाय कंपनीच्याच गाड्यांपैकी एक राखाडी रंगाची अँबॅसेडर गाडी आणि ह्या वर्षापासून सहकुटुंब तीन आठवड्यांच्या वार्षिक सुटीतल्या सहलीचा खर्च.

माधवी आणि टिंकू मात्र ह्या बदलांनी गांगरूनच गेले. वरळीहून टिंकूची शाळा फारच लांब पडू लागली आणि घरी मी फारच कमी वेळ असल्यामुळे नव्या

वस्तीत, नव्या जागेत माधवीला आणि टिंकूला भलतीकडे येऊन पडल्यासारखं वाटायला लागलं असावं, असा माझा समज झाला.

७१

आणि इतक्यातच कळस म्हणजे बलसारा आणि पगार ह्यांच्याबरोबर पुन्हा एकदा रेसला गेलो असताना मला चक्क पावणेचार लाख रुपयांचा जॅकपॉट लागला!

७२

जॅकपॉट लागल्यावर मी पहिली गोष्ट केली ती ही की जव्हेरी बाजारात जाऊन ट्रायलवर आणलेला माझा सॅफायर प्लॅटिनमच्या अंगठीत बसवून घेतला.

मग मी मरीन लाईन्स स्टेशनजवळ 'इंडियन स्टेट्स' नावाच्या प्रख्यात साडीच्या दुकानात गेलो आणि माधवीसाठी एक दोन हजार रुपयांची नैसर्गिक रेशमी रंगाची बनारसी साडी आणि ब्लाऊज पीस घेतला. मग त्याच दुकानातून सुमित्रासाठी कांजीवरम सिल्कची एक गडद निळी साडी घेतली जिचे काठ रुपेरी होते. मग मरीन ड्राईव्हवरच्याच किमती खेळण्यांच्या दुकानातून खरोखर उडणाऱ्या विमानाचं एक मॉडेल टिंकूसाठी घेतलं. शाम्पेनच्या सहा बाटल्या अगोदरच घेतल्या होत्या. विजयाच्या नशेत मी घरी गेलो.

७३

माधवीनं दार उघडलं. माझ्या पाठोपाठ रेड्डी नावाचा आमचा ड्रायव्हर खरेदीची पुडकी घेऊन आला आणि त्याच्या पाठोपाठ शाम्पेनच्या बाटल्यांचं खोकं घेऊन लिफ्टमन.

माधवीचा चेहरा गंभीर होता. तिनं लिफ्टमनला खोकं स्वैपाकघरात ठेवायला सांगितलं आणि रेड्डीच्या हातातली पुडकी स्वतः घेतली. मग बैठकीच्या खोलीकडे निर्देश करत मला म्हणाली, "रांजणे येऊन बसलेत. चिक्कार प्यालेत. पाऊल ठरत नाही." मी चमकलो.

७४

बबन रांजणे माझा शाळेतला मित्र. आता आमचे मार्ग फार वेगळे झाले

असले तरी अजूनही वर्षा सहा महिन्यांत माझ्याकडे एखादी खेप टाकतो. अलीकडे बबनची परिस्थिती जरा खराब आहे. ताडदेवला ज्या गॅरेजमध्ये बबन मास्टर मेकॅनिक म्हणून काम करत होता तिथं त्याचं मालकाशीच बिनसलं. ते काम गेल्यावर बबन दारू प्यायला लागला. दिवसाला पाऊणशेर – शेर कंट्री, तीही सात रस्त्याच्या भयानक अड्ड्यावरची प्यायची. मग हा प्रभादेवीला आपल्या घरी जाणार आणि बायकोला मारहाण करून सगळे शेजारीपाजारी दारात गोळा करणार. मग "आता पुरे करा, बबनराव!" "अहो रांजणे, सोडा त्यांना, फार मारलंत!" वगैरे गलका चालू असताना हा बायकोसकट घरात शिरून कडी लावून घेणार आणि ढसाढसा रडणार किंवा शिव्यागाळी बरळत झोपून जाणार! ही गोष्ट मला आमच्या कंपनीतल्या रघुनाथ नावाच्या प्यूननं सांगितली होती. तो बबनच्या चाळीतच राहायचा आणि एकदा बबन मला भेटायला माझ्या ऑफिसात आला असताना तो माझा बालमित्र आहे हे कळून रघुनाथ थक्कच झाला होता. आपल्या साहेबाचा मित्र आपल्याच चाळीत राहतो ही गोष्ट समतेची द्योतक वाटून अधूनमधून तो कारण नसताना मला रांजणेच्या बातम्या पुरवत असे. बातम्या जितक्या वाईट तितका दुष्ट आनंद रघुनाथला व्हायचा. अमेरिकन कंपनीतला प्यून म्हणजे लई क्लासवाला माणूस. इन्कम टॅक्स भरणारा. बायकोला ड्रेस सर्कलमध्ये बसून पिक्चर दाखवणारा आणि दिल्ली दरबारमध्ये जेवायला घालणारा. आमचा बबन वंगणानं माखलेला मेकॅनिक. अर्धं आयुष्य गाडीखाली झोपून जे लूज असेल ते फिट करण्यात आणि जे फिट असेल ते लूज करण्यात गेलेलं. बबनच्या आयुष्यानं रॉंग टर्न मारला तो लग्नानंतर. बबनची बायको अरुंधती दिसायला लाखात एक देखणी. मॅट्रिकपर्यंतच शिकलेली, पण बोलण्या-चालण्यात अगदी सॉफिस्टिकेटेड. कारण तिचं शिक्षण बऱ्यापैकी कॉन्व्हेंट शाळेत झालं. वडील रेल्वे ॲक्सिडेंटमध्ये वारले नसते तर चौघी मुलींमधली मोठी अरुंधती बबनशी लग्न करून ह्या प्रभादेवीच्या चाळीत यायची शक्यताच कमी होती. लग्न होऊन सात वर्षं झाली. बबनला आणि अरुंधतीला मूलबाळ नव्हतं. डॉक्टरनं बबनच्याच वीर्यात शुक्रजंतू कमी असल्याचं निदान केलं. हे बबननंच मला खाजगीत सांगितलं. बबन काही नेमका षंढ नव्हता. पण त्याचं पुरुषत्व क्षीण होतं आणि मानसिक न्यूनगंडामुळे अरुंधतीपुढे तो गलितगात्र व्हायचा. त्यामुळे पूर्वी भसाड्या, किरट्या आवाजात भजनी मंडळीबरोबर भजनं

गाणारा मेकॅनिक रांजणे लग्नानंतर कंट्री दारू पिऊन पौरुषाऐवजीचा पुरुषार्थ गाजवू लागला. आणि मग तो अरुंधतीच्या चारित्र्याचा संशय घेऊन तिला नियमित मारहाण करू लागला. तिची टापटीप राहणी, तिचं गोड बोलणं-चालणं, चाळीतली तिची लोकप्रियता हे सगळंच बबनला खपेनासं झालं.

७५

माधवीनं मला बबनच्या अवस्थेबद्दल सावध केलेलंच होतं. मी सावकाश बैठकीच्या खोलीत गेलो.

बबनला पाहून मला धक्काच बसला. त्याची दाढी वाढलेली होती आणि तिचे तीस टक्के खुंट तरी पांढरे झालेले होते. त्याचे पुढचेच दोन दात पडलेले होते आणि ओठ लोंबत होते. खाकी ड्रिलचे मळकट कपडे त्यानं घातलेले होते आणि ते टॅक्सीवाल्यांच्या 'युनिफॉर्म'सारखे दिसत होते.

बबन चिक्कार प्यालेला होता. सगळ्या खोलीत बेवड्याचा दर्प पसरलेला होता. बबनचं तोंड उघडं होतं आणि लाळेनं भरलेलं होतं. कोणत्याही क्षणी तो कंपनीच्या कार्पेटवर भडभडून उलटी करील अशी भीती मला वाटत राहिली.

गुडघ्यांवर कोपर टेकून, दोन्ही तळहात गालांवर ठेवून, लोंबत्या मानेनं बबन बसला होता.

भीतभीतच, आवाज न करता मी त्याच्यापासून तीन-चार फूट अंतरावर जाऊन उभा राहिलो.

माझी चाहूल लागून अत्यंत संथपणे बबननं आपली मान, आपले खांदे, आपले हात उचलले. आपले मोठाले काळे डोळे उघडून एखाद्या दुःखी कुत्र्याप्रमाणे बबननं ते माझ्यावर रोखले.

त्याच्या तोंडून जो आवाज निघाला तो दारुड्याचा नव्हता. तो स्पष्ट, स्वच्छ, उदास, संयमी आवाज होता. माझं शाळेतलं नाव वापरत बबन म्हणाला, ''चिंक्याऽ! आपली अरुंधती आपल्याला सोडून गेली रेऽ!''

स्तंभित होऊन मी विचारलं, ''काय म्हणतोस तरी काय?''

''जळाली!'' मान डोलावत बबन म्हणाला, ''आपण बातम्या वाचतो ना स्टोव्हवर बायका पेटून जळाल्याच्या? तशी माझी अरुंधती जळाली! मागच्या वेळी तुझ्याकडे हजार रुपये उसने मागायला आलो होतो. आता तुला एवढंच

सांगायला आलोय की बबनचा संसार संपला! आता त्याला कधीच उसनवारी करावी लागणार नाही। अरुंधती मेली! चिंक्या, मी तिला मारली! मी तिला मारली रेऽ चिंक्याऽ, मी तिला मारली। मीच गांडू निघालोऽ रे, चिंक्याऽ मीच गांडू निघालो! मीच माझी आय झवलो रेऽ चिंक्या, मीच माझी माय झवलो! हे पाप कुठं फेडू रेऽ? चिंक्या! कुठं फेडू हे पाप? मीच माझा घात केला रेऽ! चिंक्या, मीच माझा घात!''

पावणेचार लाखांचा जॅकपॉट लागलेला मी त्या अडाणचोट बबनच्या आकांतापुढे हतबुद्धच झालो.

७६

ऑफिसात प्रमोशन, रेसमध्ये जॅकपॉट; क्लॉडियासारखी हजारोंच्या नजरा खेचून घेणारी जवान मादी आपणहून वश; नवा फ्लॅट आणि शोफर-ड्रिव्हन गाडी कंपनीच्या खर्चानं; रोज पार्ट्या, जेवणं. एकूण सुख आणि यश, भाग्य आणि भोग्य ह्यांची लयलूटच म्हटली पाहिजे. फार काय, सुमित्राचंसुद्धा माझ्याशी वागणं बदललं. तिच्या पतीपेक्षा आणि मुलांपेक्षा वेगळंच स्थान मला ती देऊ लागली. प्रत्येक परंपरानिष्ठ भारतीय संसारी स्त्रीच्या जीवनातही एक कृष्णासारखा 'दुसरा' पुरुष जपून दडवून ठेवलेला असतो तसा मी सुमित्राचा 'सखा' असल्याची जाणीव ती मला सूक्ष्मपणे करून द्यायला लागली, जणू काय आता तीच माझा अनुनय करत होती.

७७

माधवी आणि टिंकू मात्र माझ्या ह्या झपाट्यानं जाणाऱ्या जीवनात सामील होत नव्हते. टिंकू तर आपला रुसवासुद्धा दाखवीनासा झाला. माधवी अबोल झाली होती. त्या दोघांचं जग माझ्या जगापासून वेगळं 'कौटुंबिक' जग बनलं होतं, तर माझं आयुष्य एखाद्या आत्मविश्वासानं भरपूर, तडफदार, वैभवसंपन्न अविवाहित तरुणासारखं मोकळं झालं होतं.

माधवी आणि टिंकूप्रमाणेच माझे सगळे जुने मित्र आणि सहकारी अचानक एका सरहद्दीपलीकडे गेले होते. माझा भाग्योदय, माझी ऐहिक उन्नती, माझं व्यावसायिक यश ह्या गोष्टींमुळे त्यांच्यात आणि माझ्यात एक अंतर निर्माण

झालेलं होतं. माझ्या अकल्पित भाग्यामुळे त्यांना एक प्रकारचं भीतीयुक्त आश्चर्य वाटत होतं. ते संकोचून माझ्यापासून दूर होत होते. एखाद्या जादूगाराला, मांत्रिकाला, साधकाला, फकिराला, दरवेशाला लोक जसे वचकतात, घाबरतात तसे ते मला घाबरू लागले होते.

७८

आजोबांचं असंच झालं होतं का?

ह्या विचारानं मी दचकलो.

आजीनं सांगितलेल्या आठवणी, जुन्या ट्रंकेतले फोटो आणि कागदपत्रं– ह्या गोष्टी मला आठवू लागल्या.

आजीला माझ्यात आजोबांचा भास व्हायचा.

आणि आजोबा रंगेल होते. त्यांनी एक 'अंगवस्त्र' बाळगलं होतंच, शिवाय त्यांना नाचगाण्याच्या बैठकीत बसायची आवड होती अशा अफवा होत्या.

तमाशातली एक फटाकडी अदाकारा आजोबांच्या विशेष मर्जीतली होती आणि त्या काळात त्यांनी तिच्यावर दहा हजार रुपये उधळून टाकले अशी वदंता होती.

मी डोळे मिटून स्तब्ध बसलो.

अग सखे ग हिरवी कोर चंद्राकार

अग सखे ग हिरवी टिकली शोभे फार

अग सखे ग कंठी हिरवे पाचुचे हार

हिरव्या बुचड्यात खोऊनि मरवा

गे पाहून स्वरूपाचा बहार

जीव आमचा जाला हिरवा गे हिरवा.

हिरवी बाग शाही हिरवा बंगला गे

हिरवे बिछाने हिरवे पडदे

हिरवा पलंग मजला गे

हिरवे छत हिरवी झालर त्याला गे

हिरवे झाले हिरव्या

दिवालगिऱ्या खांबाला...

अंगी विजेची चपळाई. पावलं लखलख. डोळे चकमक. तो नाच. ते गाणं.

ती गळ्यापासून काळजापर्यंत फिरणारी भिंगरी.

बेभानपणे मी डोलू लागलो. अभावितपणे माझी उजवी मूठ माझ्या ओठांशी आली. सॅफायर चमकला.

७९

आज दुपारी एकांतात पुन्हा तो पाहिला.

सॅफायर!

स्मित करत होता.

''माझ्याशिवाय तुला काहीच किंमत नाही! बघ, तुझं सगळं चरित्र मी उजळून काढलं!''

मी त्याच्याकडे नुसतं पाहिलं. मनात म्हणालो, ''बेरीज, वजाबाकी, गुणाकार, भागाकार. सगळंच माणसानं शोधून काढलं. मीच तुला खेळवतोय. मीच तुझं नशीब उजळलं. एका पेटीत तू पडून होतास. जनानखान्यात झुरणाऱ्या मुलीसारखा! मी तुला प्रकाशात आणलं!''

तो नुसता माजोरं स्मित करत राहिला.

८०

पाप! अशुभ! अपशकुन!

ही निळी चमक माझ्या सुदैवाची होती की दुर्दैवाची?

प्रत्येक वंशात एका माणसाच्या पाठीवर खूण झालेली असते. त्या वंशाने पवित्र मानलेले संकेत तो मोडतो. त्या वंशाने निषिद्ध मानलेली प्रत्येक गोष्ट तो करतो.

हे अटळ, नैसर्गिक आहे.

माझे आजोबा काचेच्या गोळ्यात तासन्तास बघत बसत. त्या गोळ्यात त्यांना त्रिकालदर्शन होई अशी त्यांची अन् इतरांची समजूत. ते कल्पना करत हे तर उघडच आहे. पण कल्पनाशक्ती या एकमेव शक्तीवर पूर्ण श्रद्धा ठेवून त्यांनी त्रिकालाचं पृथक्करण केलं. त्याचे सप्तरंग वेगळे पाहिले.

माझ्याकडे तसला गोळा नाही, श्रद्धा नाही. पण त्यांच्याकडे नसलेली एक गोष्ट माझ्याकडे आहे.

सॅफायर!

८१

बघता बघता त्या निळेपणाचं विक्राळ वलय होतं.

काळच नष्ट होतो.

संपूर्णाचा निळा गडगडाट.

द ब्ल्यू थंडर ऑव्ह दि ॲब्सोल्यूट!

कैवल्य.

निव्वळपणा.

आपण ज्यातून वेगळे नसतो ते कालातीत असतं; अनाकार, संपूर्ण असतं; अनारंभ, अविरत असतं.

सॅफायर!

८२

ही दुष्ट निळी चमक! ती मला खुणावून नेते!

जीवनाचं पोषण करण्यासाठी माणसात जाणीव ही नवीच गोष्ट उदयाला आली. पण जीवनाच्या गरजेपेक्षाही ती वाढत गेली. वाढता वाढता ती जीवनाच्याही उरावर बसली, स्वायत्त झाली. जिथं शरीर पोचूच शकत नाही तिथवर पसरली. शरीराच्या उणिवा भरून काढण्यासाठीच जाणीव उत्पन्न झाली आणि माणसाला शरीरापासून दूर घेऊन गेली.

८३

हा निळा खडा!

हे माझ्या सर्वनाशाचं, माझ्या जीवनविन्मुख प्रतिभेचं प्रतीक! आणि तरी मी जाणिवेच्या हद्दी थेट मरणाच्या साम्राज्यात पसरतोय?

नाही.

हा सॅफायर कामेच्छेसारखा आहे : मुळात त्याला थोपच नाही. निळा अग्नी! एक वरुण आग! वडवानल!

जे तुम्ही दडपलंत त्याचे स्फटिक मनाच्या दगडी स्तरांखाली पडले. कर्मठ फत्तरांखाली ही हिऱ्यांची, पाचूंची, माणकांची, पुष्कराजाची, इंद्रनीलाची डाळिंबं बंद राहिली. आता त्या इच्छाही त्यांच्या मूळ स्वरूपात नाहीत.

प्रचंड दाबाखाली त्यांचे स्फटिक होऊन पडलेत. कार्बनचे हिरे. मूळ प्रेरणा माणसाला नसतात. माणसाच्या प्रेरणांवर माणसाच्याच अतिरिक्त जाणिवेच्या अन् प्रयासांचा दाब पडलाय : त्यांचे विचित्र स्फटिक झाले. हिरव्या अरण्यांचे कोळसे झालेत आणि त्या कोळशांचे हिरे! तसा हा निळा रंग : अगोदर त्याच्या जागी काय होतं?

अचानक ती तेजस्वी निळी नांगी उचलली जाईल आणि माझ्या प्रत्येक मर्मस्थानावर आघात करील. सुरक्षिततेचा मूळ पायाच हादरवील. मी पोकळीत भिरकावला जाईन. माझं भविष्यच अदृश्य होईल. प्रचंड भय. जाणिवेचं विस्तारभय!

८४

विस्तारभय!

सॅफायर गरागरा अवकाशात फिरतोय. त्यातून निळे किरण, ठिणग्या उडतायत! मी समोर काळा ठिक्कर पडतोय. ह्या प्रचंड, प्रखर प्रकाशात!

आणि मग मीही – त्या प्रचंड दबावाखाली – स्फटिक होतो. निळा. सॅफायर ब्ल्यू...

एका अनादि मैथुनाच्या डायनॅमिक्समध्ये...

शिवशक्तीच्या आत्यंतिक ऐरणीवर...

माझ्या डोळ्यांच्या ठिकऱ्या ठिकऱ्या होतात...निळ्या...तेजोमेघ... तारे...सूर्यमाला...खगोलचक्र.

माझं शरीर डोक्यासारखं, मेंदूसारखं होतं : हे काल्पनिक अंग माझं माझे नवे अवयव बनतं. माझे हात कोट्यवधी प्रकाशवर्षं दूर फैलावतात आणि त्यांना होणारं स्पर्शज्ञान माझ्या शरीरापर्यंत पोचण्याची माझ्या शरीराला फुरसतच नसते.

मी मरतो क्षणार्धात. कोट्यवधी वर्षांना स्पर्श करता न करताच.

८५

सगळं जग एकीकडे : मधे हा निळा खडा.

निळा रंगच एकांत. शांत. जहरी. उजळ पण चिरनिद्रिस्त.

कृष्णाचा रंग निळा. विष्णूचा रंग निळा. महादेवाच्या कंठाचा रंग निळा. महादेवाच्या कंठाचा रंग निळा. हलाहल पिऊन तो निळा झाला.

प्रेमाचा रंग निळा.

मला निळी कावीळ झालीय. तुझ्या लक्षात येतंय का, माधवी? मी भयंकर एकटा पडलोय. माझं तेज वाढत चाललंय. पण तू आता मला टाळतेस. सगळं जगच मला टाळतंय. समजा मी तुम्हाला लाभलोच नाही, तर?

टिंकूसुद्धा मला टाळतोय.

मी हा सॅफायर नष्ट करू का?

नाहीतर, नाहीतर तुम्हाला सर्वांनाच मी पारखा होईन.

करू का हा सॅफायर नष्ट?

८६

सॅफायर नष्ट करणं ही गोष्ट वाटते तितकी सोपी नाही.

पहिली गोष्ट म्हणजे तुम्ही कोणी सॅफायर पाहिलेलाच नाही.

समजा, तुम्ही क्लिओपात्राच्या प्रेमात पडला असतात तर तिला नष्ट करू शकला असतात?

सॅफायर आणि मी : डेस्डिमोना आणि ऑथेल्लो. विझवू? हा दिवा विझवला पाहिजे. हा दिवा विझवावा का हा दिवा?

हा सॅफायर कसा विझवू?

का विझवू?

८७

माझ्या स्वातंत्र्याला कशामुळेच बाधा येत नाही. पदच्युत सैतानाप्रमाणे मी स्वतंत्र आहे. ईश्वराची ही जबरदस्ती मी सहन करणार नाही. एकटा पडलो तरी. छे:! हा सॅफायर माझ्याकडेच राहणार. उद्यापासून मी नेहमीसारखा राहीन. पण सॅफायर नष्ट करणार नाही.

माधवी! तू स्वतःला ॲडजस्ट करून घे! टिंकू! तू लहान आहेस अजून! मुकाट्यानं शाळेत जा! मौज कर!

मी आणि माझा सॅफायर. याचे पैलू बघत बसतो, तेव्हा माझा मीच कसा

उजळून निघतो!

हे आत्मप्रेम की काय?

एका निळ्या खड्यापायी मी सगळ्या जगाचा त्याग करावा?

सोडून दे तो खडा. तो समुद्रात टाकून दे किंवा एखाद्या भिकाऱ्याला दे किंवा टिळक पुलावरून भिरकावून दे खाली रेल्वेलायनीवर किंवा एखाद्या जवाहिऱ्याला वीक!

नो, नो, नो!

जो सहज मिळाला नाही तो इतक्या सहज टाकून देणार?

८८

सॅफायर नष्ट करण्याची रीत माझी मलाच शोधून काढावी लागली असती. सगळ्या जगाला दाखवावी लागली असती.

इतकी भयानक जबाबदारी फार थोड्या माणसांवर पडते. युगायुगातून एकदाच. तुम्ही सर्वच याच्या प्रभावाखाली होता. कळत किंवा नकळत. तुम्ही तो टॅबू मानला. लाभेल की न लाभेल अशी धाकधूक बाळगलीत. मी तो मिळवला. मी तो हातात धरला. मी त्याची अंगठी हातात घातली. मी त्याच्या विलक्षण प्रकाशात वावरलो. पाप-पुण्य, सुदैव-दुर्दैव या सर्वांचं तीव्र भान मला आलं ते त्यामुळे. तुम्ही झोपेतच चालताय अजून. तुम्ही भित्रे आहात. तुम्हाला समजलेलंच नाही. तुम्ही सॅफायर पाहिलेलाच नाही कधी!

८९

डॉक्टरनं पुन्हा माझे डोळे तपासले. पुन्हा पुन्हा तपासले. मग तो खुर्चीवर बसला आणि म्हणाला :

''यू आर कलर ब्लाइंड. यू कांट सी ब्ल्यू. तुम्ही रंगांधळे आहात. तुम्हाला निळा रंग दिसू शकत नाही!''

मी ओरडलो, ''अशक्य! अशक्य! आय कॅन ओन्ली सी ब्ल्यू इफ दॅट्स व्हॉट यू मीन! मला फक्त निळाच रंग दिसू शकतो, निव्वळ निळा! होय ना?''

डॉक्टरनं नुसतीच मान हलवली. तो म्हणाला, ''आयव्ह नेव्हर सीन धिस

बिफोर! अ मॅन ब्लाइंड टू ब्ल्यू! ब्लाइंड टू ब्ल्यू! ब्ल्यू-ब्लाइंड!''

तो जोरजोरात हसत सुटला. त्याची खुर्ची गरागरा फिरत राहिली.

मग खुर्ची एकदम थांबली. तो म्हणाला, ''डोंट लूझ हार्ट, माय डियर चॅप! देअर आर स्टिल ऑल दि अदर कलर्स इन द रेनबो! फार वाईट मानून घेऊ नकोस! एक निळा कमी झाला सातातून तरी बाकीचं इंद्रधनुष्य आहे की!''

''तुम्हाला वेड लागलंय, डॉक्टर! नोबडी एल्स हॅज एव्हर सीन ब्ल्यू! आय प्रॉफिसाईझ ब्ल्यू! इतर कधीच कोणी निळा रंग पाहिलेला नाही! मीच निळ्या रंगाची भविष्यवाणी केलेली आहे!

१०

सॅफायर नष्ट करणं सोपं नाही हे मला कळून चुकलं होतं. मला त्याला विधिपूर्वक नष्ट करावं लागणार होतं.

एक दिवस रात्री मी हातात चामड्याचे मोजे चढवले. अंगात काळा सूट घातला. डोळ्यांवर गॉगल्स चढवले आणि बाहेर पडलो.

माझ्या कोटाच्या खिशात शंभराच्या कोऱ्या करकरीत नोटा होत्या. हातमोजातल्या हातात सॅफायरची अंगठी. खाली जाताच मी टॅक्सी थांबवली. आत शिरलो. अन् म्हणालो, ''जुहू बीच चलो!''

माझा वेष पाहून आणि आवाज ऐकून ड्रायव्हर चरकला होता. तो म्हणाला, ''जी साहब!''

टॅक्सी भरधाव निघाली. वरळी नाक्याहून प्रभादेवी, प्रभादेवीहून शिवाजी पार्कवरून माहीम, माहीम कॉजवेवरून वांद्र्याच्या मशिदीपर्यंत सुरकांडत आली. मग जरा मंदावली. वांद्र्याच्या तलावानंतर पुन्हा लिंकिंग रोडवर तिचा वेग वाढला. खारचं टेलिफोन एक्स्चेंज गेलं. सांताक्रूझ मागे पडलं. लायन्स गार्डनजवळ टॅक्सी जुहूच्या दिशेनं वळली.

मी ताठ बसून होतो : गच्च.

जुहू आलं.

मी टॅक्सीचं बिल दिलं आणि महात्मा गांधींच्या पुतळ्याला वळसा घालून अंधाराच्या दिशेनं चालत राहिलो.

९१

पहिली गोष्ट म्हणजे मी हातातले हातमोजे काढले. नंतर गॉगल्स काढले. कोट काढला. हे सर्व मी वाळत ठेवलं. पैशांसकट. पँटच्या खिशात पाचाच्या आणि दहाच्या नोटा होत्याच. नंतर मी पँट आणि बूटमोजेसुद्धा काढून टाकले. शर्ट काढला. आत मी पायजमा नेसलो होतो. सदराही बरोबर आणला होताच. चपलाही. कपडे बदलून मी जरा आजूबाजूला पाहिलं. कोणीच नाही. फार तर एखादं प्रेमी जोडपं अंधारात-असलं तर ते आपसूकच मला चुकवील.

मी खाली बसलो.

अंगठी काढून हातात धरली.

पुन्हा एकदा ती निळी चमक! अदम्य!

मला अत्यंत दुःख होत होतं.

९२

पोलीस म्हणाला, ''क्यों साहब, ये कपडे किसके है?''

''हमारा एक दोस्त वहाँ खुदकुशी करने की प्रॅक्टिस कर रहा है. हम इधर उसके कपडे सँभाल रहे हैं!''

थोडा वेळ तो स्तंभितच झाला.

''साब, आप मजाक कर रहे है! इस टाईम यहाँ अकेले बैठना अच्छा नहीं है और—और साब यह वक्त पुलिसवालों के साथ मजाक करनेका भी नहीं हैं. आप शायद नहीं जानते आजकल सभी जगह खतरा कितना बढ गया है.... बताइये, किसके कपडे है यह?''

''मजाक कैसा, भाई. बिलकूल सही बात है. दिनमें भला कोई खुदकुशी का रियाझ करेगा? हमारे दोस्त को तैरने का शौक हो गया भाई, हम क्या करें? मना कैसे करें? वह थोडीही सुनता हमारी बात?''

पोलिसानं अत्यंत वाईट तोंड करून माझ्याकडे एक कटाक्ष टाकला. मग खांदे उडवून तो निघून गेला.

९३

मी घड्याळात पाहिलं.

दोन वाजून गेले होते.

आतापर्यंत प्रेमीजनांचाही टिकाव लागणं अशक्यच होतं.

सूट, मोजे, बूट मी समुद्रात फेकून दिले.

अंगठी मात्र हातात तशीच.

१४

खिन्नपणानं मी बसून होतो. सॅफायर मला टाकवत नव्हता.

ओहोटी सुरू झाली असावी. वाराही पडला होता. माड सळसळत नव्हते. सामसूम वाढली होती.

पाठीमागे कसलातरी आवाज झाल्यासारखं वाटलं. मी मान वळवली. क्षणभर डोळ्यांवर विश्वास बसला नाही.

वाळूतून झपाझप एक मुलगी समुद्राच्या दिशेनं एकटीच जात होती. माझ्या डाव्या हाताला, पंधारा-वीस फुटांवर समुद्रापासून सुमारे विसेक पावलांवरच ती होती.

ताड्कन कसलीतरी शंका येऊन मी तिच्या दिशेनं धावत सुटलो.

मी तिचा दंड गच्च धरला. ती एकदम मागे वळली. दचकून, घाबरून.

"लीव्ह मी अलोन!" ती सफाईदार इंग्रजीत म्हणाली, "मुलीचा हात धरायला शरम नाही वाटत?" तिचा आवाज कापत होता.

तिचा चेहरा अंधूकच दिसला. जेमतेम विसेक वर्षांची असेल. चेहरा सुजलेला असावा. डोळेही सुजलेले होते.

"धावत कुठं चालली होतीस या बाजूला या वेळी?"

"फॉर अ स्विम!" ती म्हणाली, "माझा हात सोडा!"

"स्विम? या वेळी? एकटीच?"

"धिस इज अ फ्री कंट्री!" ती रडक्या आवाजात म्हणाली, "तुम्ही मला थांबवणारे कोण?"

"शुअर! शुअर! पण समजा कोणी पाह्यलं तर?"

"समजा, तुम्ही माझा दंड धरलेला कोणी पाह्यला तर?"

"तरी तू या वेळी इथं कशी आणि काय करतेस हा प्रश्न उरेलच. त्याचं काय उत्तर देशील?"

"प्लीज! मला जाऊ द्या!"

"मी जाऊ देणार नाही! पोलिसाच्या ताब्यात देऊ का तुला? आत्महत्या करणं हा ह्या देशात गुन्हा आहे!"

"ठीक आहे! आईल ऑफर यू ए ब्राईब! यू आर अ मॅन! आईल गिव्ह यू माय बॉडी. डू व्हॉट यू लाईक! देन प्रॉमिस टू लेट मी गो! आय वाँट टु किल मायसेल्फ. आय एम थ्रू विथ लाईफ!"

हे आश्चर्यकारक होतं. मी म्हणालो, "हे बघ! मी काही मधे येत नाही! तू खुशाल आत्महत्या कर. मला तुझं ते शरीरही नको. माझ्याशी जरा गप्पा मार फक्त. मला निद्रानाशाचा रोग आहे. मला झोप येत नाही. मी भयंकर बेचैन आहे. प्लीज! माझ्याशी बोल जरा वेळ. मग मी माझ्या वाटेनं जातो, तू तुझ्या वाटेनं जा."

ती गप्प झाली. मी तिचा दंड सोडून दिला.

"ऑल राईट! इट्स अ डील!"

"चल! तिथं जाऊन बसू!"

वाळूत जाऊन बसल्यावर मी तिला म्हणालो, "हे बघ, मलाही एक प्रॉब्लेम आहे. तू स्वतःला नष्ट करायला निघाली आहेस. मी माझा सॅफायर नष्ट करायला निघालोय!"

"सॅफायर?"

"हो सॅफायर. आता सांगतोय ते लक्ष देऊन ऐक!"

ती ऐकत राहिली. मी बोलत राहिलो.

९५

लहानपणी मुलांना परीकथा सांगू नयेत. वरून त्या गोंडस वाटतात खऱ्या, पण आतून त्या अत्यंत भयंकर असतात.

तसंच लहानपणी मुलांना कथापुराणं सांगू नयेत. त्यांना देवळात पाठवू नये. पुढे जड जातं.

याचाच अर्थ असा की लहानपणापासून माणसाची कल्पकता व्यवस्थितपणे मारून टाकली पाहिजे. त्यांना फक्त गणितं घालावीत. कल्पकतेची ती एक जातच व्यवहारात उपयोगी पडते.

पण माणसाला वळण लावणं कठीण आहे. तो मुळातच एककल्ली असतो.

क्ष हा कारकून आहे. त्याची परीकथा सचिवालयात घडते. य ही गृहिणी आहे. भरतकाम, शिवण, फर्निचर, नव्या वस्तू, नातेवाईक, मैत्रिणी, शेजारीपाजारी यांनी तिची परीकथा बनलेली असते. झ हा राजकारणी. राजकारण हीच त्याची परीकथा. अ हा अणुवैज्ञानिक, ब हा तत्त्ववेत्ता, क हा कवी : ह्या सगळ्यांच्या आपापल्या वेगवेगळ्या परीकथा आहेतच. एकमेकांच्या परीकथांना माणसं तोंड देऊ शकत नाहीत. आपलं अद्भुत सांभाळून ती इतरांवर मात्र एक सपाट वास्तव लादतात. शिवाय बुद्धी ही मुळातच गरजेपेक्षा जास्त असते : यू आर कंडेम्ड टू इन्व्हेंट, टू डिस्ट्रॉय, टू रिइनव्हेंट.

१६

मी तिला सॅफायरविषयी सांगितलं.

प्रथम त्याचं निळेपण. नंतर त्याच्या प्रभावाच्या दंतकथा. शेवटी माझे स्वानुभव.

ती ऐकता ऐकता त्यात गुरफटत गेली. आत्महत्या करण्याची घाई विसरून गेली.

पहाट झाली.

पाठीमागून प्रकाश आला.

माझं बोलणं थांबलं.

मी तिला म्हणालो, ''तू जर आत्महत्या करणार असलीस तर जरूर कर! फक्त माझं एक काम कर! जाताना एवढी ही अंगठी समुद्रात घेऊन जा! मला स्वतःच्या हातानं ती टाकवत नाही.''

पण ती मुलगी एकदम गोड हसली. म्हणाली, ''माझं चुकलं. मी परत कधी असं करणार नाही. मला तुमची अंगठी नको. तुम्ही फार चांगले आहात. मी जन्मभर विसरणार नाही तुम्हाला. तुम्ही मला जीवदान दिलंय!''

आणि शांतपणे उठून ती निघून गेली.

१७

मी तसाच बीचवर बसून.

उदासपणे.

१८

पुन्हा एकदा ती अंगठी मी काढून तळहातात धरली.

सूर्योदय होऊन गेला होता. त्या मंद निळ्या खड्यातलं तेज मी पुन्हा एकदा डोळ्यांनी शोधलं.

वरही आकाश निळं. प्रासादिक. समोर समुद्र ग्रे-निळा.

माझ्या तळहातात प्लॅटिनमची अंगठी आणि तिच्यात तो सॅफायर.

मी हा घरी आणला तेव्हा टिंकूला ताप आला होता. तेव्हा मी एवढा का चरकलो?

दुसऱ्या दिवसापासून माधवीत अन् माझ्यात दुरावा उत्पन्न झाला. तेव्हाही मला याचीच निळी चमक का आठवली?

तो घरी आल्यानंतरच्या प्रत्येक घटनेचा मी त्याच्याशीच का संबंध लावला?

अगोदरही चांगल्या-वाईट गोष्टी घडत होत्याच.

बरं. हा बराही नाही. वाईटही नाही. मग तो टाकावासा का वाटतो? आणि टाकवत का नाही?

केवळ सुंदर आहे म्हणून?

पण हा खरोखर सुंदर तरी आहे का?

टिंकूला तर खोटाच वाटला होता! इतरांनाही इतका आकर्षक वाटला नाही!

मला एकदम आठवलं : सॅफायर आणल्यापासून एक प्रकारचं विचित्र उत्तेजन मला आलं होतं. आणि तितकाच मी नकळत थकत चाललो होतो. वयाच्या तिसाव्या वर्षीच आपल्या गुणदोषांकडे बघायची ही विचित्र दृष्टी माझा सगळा कसच शोषून घेत होती.

मी एखाद्या वस्तूत, माणसात गुंतलो तरी असंच सॅफायरमध्ये गुंतल्यानं होतं तसंच होतं. माझी मुळं फार भराभर पसरत जातात. मग मी उन्मळणं म्हणजे मीच कोसळण्यासारखं होऊन बसतं.

सॅफायर नष्ट करणं म्हणजे स्वतःच्याच व्यक्तित्वाचा एक भाग नष्ट करणं.

कोणतीही निर्जीव बाह्य वस्तू किंवा तिची आपल्या मनातली प्रतिमा नष्ट करण्यात एवढं जीवघेणं काय आहे?

सॅफायरच्या जागी एखादी प्रेयसी असती तर?

सॅफायर   ७३

९९

मला हिरॉईक गोष्टी करायची अजिबात आवड नाही.

आणि ह्या घटकेला सॅफायर नष्ट करण्यासाठी हिरॉइझमचीच आवश्यकता होती.

म्हणजेच समोरच्या समुद्रात तो सरळ फेकून द्यायला हवा होता. जसे मी रात्री कपडे फेकले.

मी उठून उभा राहिलो. अंगठी मुठीत धरली आणि समुद्राच्या दिशेनं चालत तर गेलो.

१००

माझी छाती धडधडत होती.

खून. मी खून करायला निघालो होतो. माझ्या गुंतवणुकीचा खून. माझ्या प्रेमाचा खून. सॅफायरचा आणि माझा संबंध स्पष्ट होता. जणू काय मी आणि जग यांच्या मधे अजूनही एक निळा अंतरपाट होता. मी अजूनही परीकथांच्या जगात वावरत होतो. कुठंतरी मला यातलं मायावीपणही जाणवलं होतं.

मला वाटलं, आपण आता स्वतंत्र व्हायला हवं. ह्या ध्यासांपासून, ह्या अर्थांपासून स्वतंत्र. कदाचित हा सॅफायर फेकून देताच मी म्हातारा व्हायला सुरुवात होईल. मी लोकांना सॅफायरपासून परावृत्त करीन. मी त्यांना सांगेन, ''सॅफायर लाभतो असं वाटलं तरी लाभत नाहीच अखेर. त्याचं प्रेमासारखं आहे. ते लाभलं तरच लाभतं. पण बाळांनो! प्रेम तितकंसं आवश्यक नसतं. भलं असणं जास्त महत्त्वाचं. एकतर प्रेम आपण स्वतःवर करतो की दुसऱ्यावर याचा नक्की पत्ता लागत नाही कधीच. खरंतर प्रेम हा गफलतीचा शब्द आहे. मूळची गोष्टच अवर्णनीय आहे. उदाहरणार्थ, वयाच्या तिसाव्या वर्षापर्यंत माझ्याकडे सॅफायर नव्हता. मग तो आला. मला वाटलं, मी ह्याच्या प्रेमातच पडलोय. कशावरून? तर तो मला काही केल्या टाकवत नव्हता म्हणून! तुम्ही म्हणाल, जिवंत वस्तू टाकणं आणि सॅफायर टाकणं ह्यात फरक आहे. सॅफायर टाकण्यात जीवनाचं कोणतंच मूल्य गुंतत नाही. मी म्हणेन, नाही कसं? मी जिवंत आहे. माझं मन जिवंत आहे. माझ्या मनातली प्रत्येक प्रतिमा जिवंत आहे. तिच्यात स्व-रस आहे. स्वारस्य आहे. तो खडा मी टाकला. समुद्रात फेकून दिला पण त्याचं

रहस्य, त्याचं थ्रिल, त्याच्या रंगाचं अद्‌भुत हास्य माझ्या एकूण व्यक्तिमत्त्वातच भिनलेलं आहे. माझ्या एकूण जीवनरचनेत कुठेतरी सॅफायरचे संस्कार आहेत. मी त्याचा प्रकाश ह्या डोळ्यांनी पाहिलाय! आणि त्या प्रकाशानं मी उजळून निघालोय अंतर्बाह्य.

१०१

मी थांबलो.
समुद्राकडे पाहिलं.
तोही शांत होता.
मी मुठीतली अंगठी पाण्यात भिरकावून दिली.

१०२

राफाएल आल्बेर्तीची एक निळ्या रंगाविषयी कविता आहे. मूळ स्पॅनिश. तिच्या दोन ओळी मला आठवल्या :

सावली निळ्याहूनही निळी असते.
जेव्हा सावली पाडणारं अंगच अदृश्य होतं.
हे तुम्हाला कळलं?

१०३

तुम्ही निळा रंग पाहिलाय का, निळा?
तुम्ही सॅफायर पाहिलाय कधी?
सॅफायर?

* * *

रुधिराक्ष

१

अचानक घडलं.

२

तो भर रस्त्यात, भर गर्दीत होता. संध्याकाळी सहाचा सुमार. फ्लोरा फाउंटनजवळ. हायकोर्टाला वळसा घालून लोकांचा प्रचंड लोंढा चर्चगेटच्या दिशेनं जातो, त्याच वळणावर. तो चालला होता लोंढ्याच्या विरुद्ध. युनिव्हर्सिटीच्या दिशेनं. त्यानं पेडेस्ट्रियन क्रॉसिंग ओलांडलं तेव्हाच त्याचे डोळे जरा अंधूक झालेले होते. फुटपाथवरची पुस्तकं टाळत तो गर्दीच्या उलट दिशेला चाललेला होता. समोरून झुप्प ऽऽ झुप्प ऽऽ माणसं समोर येत होती. त्यांचे चेहरे त्याला आड आलेला पाहून त्रस्त झालेले स्पष्ट दिसत होते.

आणि मग –

मग ॲटॅक आला. त्याचा चेहरा झर्रकन मागे वळला. उलट्या दिशेला उलटला. लोंढ्याच्या दिशेला. कोणीतरी त्याला एकदम धक्का दिला. त्याच वेळी सेंट्रल टेलिग्राफ ऑफिसच्या जुनाट भिंतींवरचं सोनेरी ऊन त्याला स्पष्ट दिसलं. ते एखाद्या अभ्रकाच्या भिंगरीसारखं सर्रकन फिरलं. ट्रॅफिक आयलंडमधला पुष्पदेवतेचा पुतळा कलला. इमारती ओणव्या झाल्या. चेहरा वळला आणि डोळे अखेर हायकोर्टाच्या भिंतीवर आदळले. आता डोळ्यांभोवती काळोखा भोवरा गरारला. डोकं गरगरलं. शरीराचा झोकांडणारा तोल त्या अंधारातल्या अंधारात त्यानं जीव मुठीत धरून सावरला.

त्यानं परत प्रकाश पाह्यला तेव्हा जेमतेम दोन मिनिटं झाली असतील. आपण कुठं आहोत हेही त्याला काही क्षण आठवेना. पण गर्दी अजून डोळ्यांवर

झेपावून येत होतीच. फुटपाथवरच्या सेकंडहँड पुस्तकांच्या ढिगाऱ्याजवळ तो मटकन खाली बसला. समोरचं पिवळ्या सेलोफेन रॅपरमधलं 'संपूर्ण कोकशास्त्र' क्लोजअपसारखं त्याच्या डोळ्यांकडे आलं. मग त्यानं सगळंच्या सगळं दृश्य मागे रेटलं. त्यानं आपला चष्मा पुसला. घड्याळात पाहिलं. सहा वाजून सात मिनिटं झालेली होती.

३

ही सातवी किंवा आठवी खेप. आंधळेपण फारसं टिकाऊ नाही. पण प्रत्येक वेळी स्मृतीच नाहीशी व्हायची. मोमेंटरी ॲम्नेशिया. टेंपररी ब्लाइंडनेस. शरीराला दुसरा त्रास नाही.

सरळ रेषेत चालायला आपण किती प्रयत्नपूर्वक शिकलेले असतो हे त्याच्या ध्यानात आलं होतं. माणसांचा लोंढा उजवीकडे वळताना आपण विरुद्ध दिशेनं डावीकडे वळलो तर एखाद्या प्रचंड मशीनमध्ये उपरी वस्तू अडकून दात्यादात्यावर, चक्राचक्रावर करकचून आवळ बसल्यासारखं होतं हे त्याला कळून आलं होतं. रहदारीला नियम असतात ही गोष्ट त्याला स्पष्ट समजून आली होती. बुद्धिबळाच्या प्रचंड पटावर नियमबद्ध हालचाली होतात, तसं इथं चालतं हे त्यानं पाहिलं होतं. प्यादी सरळ एकेक घर जाणार. पहिल्या खेळीत मात्र वाटल्यास चक्क दोन-दोन घरं. सोंगटी मारताना तीच प्यादी तिरकी जातात. फक्त, तुमचं प्यादं पाचव्या घरात असताना जर समोरच्यानं शेजारच्या श्रेणीत प्यादं एकदम दोन घरं चालवलं तर तुम्ही आँ पॅसँचा नियम – जाता जाता ते मटकावण्याचा अधिकार – वापरून ते खाऊ शकता. घोडे सोंगट्या ओलांडू शकतात. ते दोन चौकोन उभे आणि एक आडवा किंवा उलट जातात. उंट कायम तिरपेच जातात. हत्ती उभे किंवा आडवे. वजीर तिरपा, उभा आणि आडवा जातो. राजा फक्त एकच घर जातो. मात्र कॅसलिंग करताना–

४

ती सुंदर दिसत होती. भर फुटपाथवर इतकं सुंदर दिसायचं डेअरिंग तरी कसं होतं काही माणसांना? बनारस सिल्कची पिवळसर पांढरी साडी. तिचा पदर केशरी होता. कशी अविचल उभी होती! भर रस्त्यात! हे त्याला स्पष्टच आठवलं.

फक्त हे आत्ताचं नव्हतं. इथलं नव्हतं.

५

"वास्तवावरला माझा ताबा सुटत चाललेला आहे काय?"

मनातल्या मनात त्यानं स्वतःलाच ओरडून विचारलं. तो आवाज खोलवर घुमला. तंबोऱ्याचा भोपळा थरथरावा तसं त्याचं डोकं आतून थरथरलं. "**वास्तवावरचा ताबा?**" वाह बादशाह! क्या समझे? वास्तवावरचा ताबा! हुकमत! रिॲलिटीची खुंटी घट्ट पिरगाळ. सगळंच यश त्यावर अवलंबून. विचार करून हालचाल कर. परिणामांचा अचूक अंदाज घे. स्वतःच्या कक्षेचं आणि पोहोचेच सूक्ष्म भान ठेव. अंतरं माप.

६

इराण्याच्या रेस्तोरांकडे तो चालत गेला.

आरसे अटळ असतात. इराण्याकडे.

इराणी म्हणजे बरण्या, बेदाणे, पावणा, रुपये-आणे.

ट्रस्ट इन गॉड. ग्रेड टू.

डू नॉट सिट आयडल.

डू नॉट कोम युअर हेअर.

डू नॉट स्पिट.

टर्म्स कॅश.

७

पुन्हा आरशात तो स्वतः एकाचे दोन, दोनाचे चार, चारांचे आठ असा भौमितिक प्रगतीनं. हेअर कटिंग सलूनमध्ये प्रथम आपल्याला उलट्या खोपडीची इन्फिनिटी स्पष्ट दिसली. डोक्यावर झिरो नंबरचं मशीन फिरत होतं. झिरोच्या झिणझिण्या येतात. झिरॉईन गाणं म्हणते. उदास असतं ते. पण सोबत शंभर वाद्यांचा ऑर्केस्ट्रा दुःखात सहभागी झालेला असतो. ती एक खटका घेते. रेडिओसुद्धा क्षणभर खरखरत नाही. पण इतक्यात पाणी लावून न्हावी पाजळलेल्या वस्तऱ्याने कल्ला खरडतो.

८

“**एक पानी कम चाय**!” हां. ही वास्तवाची मेन लाईन. आपण आपले अलीकडे हार्बर ब्रँचनं प्रवास करतो. कोळीवाडा, वडाळा, शिवडी. ‘ड’ डॉमिनंट. वादी. ‘व’ संवादी. ‘ळ’ अनुवादी. तीन स्टेशन अगदी उस्तादी रियाजाची सरगम.

पण **कॉटन ग्रीन?** कॉटन ग्रीन का? **कापूस हिरवा?** का कापसासारखी हिरवळ? हे नाव ह्या जागेला कोणी का दिलं? कशासाठी दिलं? खिडकीतन पाह्यलं तर कॉटनही दिसत नाही, ग्रीनही नाही. नाही म्हणायला–

डू नॉट सिट आयडल अशी स्पष्ट ताकीदच दिलेली आहे. त्यानं स्वतःला बजावलं. आणि पटकन चहाचा प्रचंड घोट घेतला. चहा पिऊन पिऊन आपण नीलकंठ झालो. नीलकंठ. रुद्राक्ष.

रुधिराक्ष.

९

दॅट फिट्स पर्फेक्टली.

माझं नाव रुधिराक्ष. ब्लडशॉट डोळे. रक्तमय डोळे. खून चढलेले डोळे. खून चढतो. दारूसारखा. मी कोणाचा खून केलाय? थांब हं! आठवतो! बहुधा ती एखादी मुलगी असेल. कुँवार किंवा बाई. गर्भार. किंवा छोरी. गँवार.

कसा केला खून?

गळा दाबून?

नाही. कारण तिचा गळा जाड होता किंवा कासवासारखी ती स्वतःला कवचात आखडून घेऊ शकायची.

मग?

ब्लेड फिरवली का? की सुरा मारला? बेंबीपासून तीन इंच खालपासून उजव्या कुशीपर्यंत?

छे!

खून कोणी केला? मी नाही बाबा. मला यातलं काहीच ठाऊक नाही. मला रक्ताची चटक नाही. दाढी करताना रक्त दिसलं तरी मला कसंसंच होतं. रक्त कधीच उघडकीला आलं न पाहिजे. ते अश्लील असतं. रक्त अश्लील असतं. त्याच्याकडे बघणं निषिद्ध आहे. बघायचंच असेल तर ऑपरेशन थिएटरमध्ये मास्क लावून बघा.

हो. आणि तिथं इथरचा वास येतो. मादक. गोड.

डू नॉट सिट आयडल.

हा जुलूम आहे.

एवढंच नव्हे : डू नॉट कोम युअर.

एवढ्यावरही संपत नाही : डू नॉट स्पिट.

आणि सर्वांत कळस म्हणजे : ट्रस्ट गॉड. शिवाय टर्म्स कॅश! हे लोक अगदी जंगली आहेत. अत्याचारी. संशयी उपद्रवी.

"जर सगळीच माणसं शहाणी झाली आणि सर्वज्ञ झाली तर राज्यच नाहीसं होईल!" तो मनात मोठ्यानं म्हणाला. मार्क्सचं मूळ म्हणणं काय की दि स्टेट विल विदर अवे. विदर हवे? हवेतल्या हवेत विदर होआवे? विदरून जावे ?

१०

तिच्या स्तनांवर आपले तळहात सरकवत तो कुजबुजला, "पण मी तरी शहाणा कुठाय?"

युअर 'ब्रा' विल विदर अवे!

मला कमीत कमी चार हात हवे होते रतिक्रीडेसारख्या क्रियेसाठी. दोन स्तनांवर. दोन कुल्ल्यांवर. तरीही कमीच पडतील. आणि तोंडं किती? अवयव पुरेच पडत नाहीत काही केल्या. आणि ही कामेच्छा कशी अवाढव्य आणि निरवयव! कुठं कुठं ठेवू हिला असं होऊन जातं बघ. मी लाल डोळ्यांनी तिच्याकडे एकटक बघत कुजबुजलो.

"तू वेडा झालायस असा मला संशय येतो अलीकडे!" ती भ्यालेल्या डोळ्यांनी म्हणाली.

११

साधा वास्तवाचासुद्धा संकेत पाळत नाही मी, अं? वेड नाहीय हे. हे कवच आहे. मी कासव आहे. कूर्म. जलचर. आणि मी आतून फार मऊ आहे. रुचकर मांसाचा एक मनस्वी प्राणी. मी सहज मरू शकेन म्हणून हे दगडासारखं कवच. शब्दांचं, प्रतीकांचं, खाजगी खुणांचं चिलखत.

सगळ्या जगाला उद्देशून मी एक **खाजगी खूण** केली आणि म्हणालो :

वर्क इन प्रोग्रेस. डु नॉट डिस्टर्ब. एक म्युनिसिपल लाल कंदील वर टांगला.

१२

हल्ली रुधिराक्ष ड्रेनेज उपसतो.

तुम्हा सर्वांचं खाजगी मलमूत्र. विश्वात्मक होण्यासाठी. पायपापायपातून समुद्राकडे जाणारं. तुमच्या अंगोपांगीचं सांडपाणी. तुम्ही फ्लश ओढून मुक्त व्हाल आणि विसरून जाल. पण मला विसर पडणार नाही. तुम्ही अंतर्बाह्य स्वच्छ व्हाल. मी सांडपाण्यातून वाहून जाणारा तुमचा अंगचा मतलब वेगवेगळा करून पाहीन. जगातलं सगळ्यात स्वच्छ काम हेच आहे. निदान पवित्र.

माझा मनोभंग झालाय.

मी मनोभंगी झालोय.

अडचण एवढीच की विस्मृतीचे झटके येतात मला. हळूहळू मी विस्मृतीत जाऊन स्मृतीचेच झटके यायला लागतील.

१३

मी काम करतो त्या जागी खोल खड्डा आहे. तिथं अंधार असतो. कोंदट असतं. त्याचा माझ्यावर परिणाम झालाय किंवा हेही चूक आहे! तुमच्या मलमूत्राची मला काय फिकीर? मी निरागस आहे. थेट स्वर्गातून इथं पडलो. मी समुद्रावर फिरायला जातो. बागेत हिंडतो. फक्त मी अलीकडे पेपर वाचत नाही एवढाच काय तो माझा दोष.

१४

रुधिराक्ष दयाळू आहे. तो कोणाचं वाईट चिंतत नाही. म्हणून तर त्याचे डोळेच तेवढे लाल झाले. त्याच्या डोळ्यांत खून नाही काही. त्याच्या डोळ्यांत खून झालाय. त्याच्या डोळ्यांचाच खून झालाय.

''कोणी केला माझ्या डोळ्यांचा खून? कोणी घातले दृश्यांवर गारदी?''

''एक्सक्यूज मी, प्रेम कुठं असतं हो?''

खुणेनं दिलेलं उत्तर.

''नाकासमोर?''

“हो. डाव्या हाताला पानाची गादी दिसेल. पाटी आहे : पं. विश्वेश्वरप्रसाद. त्यालाच विचारा.”

“कितीसं लांब आहे?”

“बस! पुढल्याच वळणावर!”

“थँक्यू!”

“यू आर वेलकम !”

तर पुढल्या वळणावर प्रेम आहे. साडेसात इंच खोल. सिंगल पन्हा आणि नो पान्हा. वाजवी दरात मिळेल.

“मी तिथं जाणार नाही.”

“मग कुठं जाशील?”

“दोघीही हयात आहेत.”

“पण वाजवीहून जास्त किंमत मागतात, रुधिराक्ष! त्या म्हणतात, ‘शहाणा हो. वास्तववादी बन. मग ये!’ जमेल तुला तसलं शहाणं होणं?”

“मी शहाणा होणार नाही! तसाच जाईन!”

“दोघीही दरवाजा लावून घेतील!”

“मी थांबून राहीन. त्या भाजी आणायला जायला दार उघडेपर्यंत!”

“त्या दुर्लक्ष करतील!”

“मी त्यांच्या पाठोपाठ बाजारात जाईन!”

“तुझा अपमान होईल, रुधिराक्ष! आता तुला इलाज नाही. तू खाजगी खूण का केलीस?”

“मी सर्वात उघड, प्राचीन, विश्वमान्य खूण केली!”

“तू द्रोही आहेस, रुधिराक्ष! तू मानवतेचा द्रोही आहेस!”

“मी कोणी पाहुणा नाही. मी इथं आतच होतो पहिल्यापासून!”

१५

रुधिराक्षनं बिल चुकतं केलं. महात्मा गांधी रोड आता ओस पडला होता. काळोख वाढला होता.

काळोखात सहसा ॲटॅक येत नाही. आलाच तर फक्त विस्मरणाचा झटका. अंधार तर आपसूकच.

१६

तिच्याकडे जायचं म्हणजे ड्रेनपाईपवर चढावं लागतं. ती कधीच वाट पाहत नसते. आपलं आपणच ठरवून जायचं. रात्री सामसूम झाल्यावर तो/मीच/रुधिराक्ष इमारतीच्या मागच्या बाजूच्या भिंतीजवळ येतो. वर ओळीनं एकेका फ्लॅटची संडास-बाथरूम आहे. ड्रेनपाइप वरून खाली जमिनीपर्यंत आलाय. तिथून तो पुढे भूमिगत होतो. तिथं तळाशी उकिरडा आहे. केसांच्या गुंतवळी, कागदाचे कपटे, बोळे, वापरून फेकून दिलेले सॅनिटरी टॉवेल्स, संततिनियमनाच्या रबरी टोप्या, अंड्यांची कवचं, कोळंबीची सालं, मटणाची हाडं, सिगरेटची पाकिटं असलं सगळं तिकडे कचऱ्यात पडलेलं असतं. त्यातच ड्रेनपाइप फुटलेला असल्यामुळे पाण्याचे ओघळ सतत वाहत असतात.

१७

आता ही घाण त्याच्या/माझ्या/रुधिराक्षच्या परिचयाची झालेली आहे. इथला वास त्याच्या नाकपुड्यांना जन्मोजन्म ओळखीचा वाटतो. सांडपाण्याचा वास. प्राचीन. तो त्याला असह्य वाटत नाही. प्रेयसीच्या तोंडाला घाण येत असली तरी ती आवडीची बनून जाते. चिघळलेल्या चेहऱ्यांचे महारोगीसुद्धा प्रणयप्रसंगी एकमेकांची चुंबनंच घेतात. मग रुधिराक्षला ड्रेनपाइपची क्षिती का वाटावी? शिवाय जन्मभर तो जगाचं मलमूत्रच उपसत आलेला आहे : जगानं खाल्लं काय, त्यातला काय चोथा उरला; जग प्यायलं काय त्यानं लघवीचा रंग-वास कसा बदलला हाच तर रुधिराक्षचा आजवरचा अभ्यास. जर रुधिराक्ष प्रेतांच्या तपासणीच्या वेळी त्यांच्या कवट्या खोलण्याचं काम जन्मभर करत असता तर त्याला त्या कवट्यांमधल्या द्रव्याबद्दलही अशी बेदरकार आपुलकी वाटली असतीच. आणि या सांडपाण्याच्या ओघळांमध्ये तर कुठंतरी सूक्ष्मपणे त्याच्या प्रेयसीच्या अंगचा वास मिसळून गेला आहे!

१८

रुधिराक्ष काळोखात ड्रेनपाइपवर चढू लागला. सुतानं स्वर्गाला जातात तसा तो ड्रेनपाइपला धरून प्रेयसीकडे जाऊ लागला. पाइपवरून पाण्याचे ओघळ येत होते ते त्याच्या कपड्यांवर जिरत होते.

१९

इतकं उंच चढल्यावर रुधिराक्ष काय करतो? तर पॅरापेटवर उभा राहून आपल्या प्रेयसीचा तिच्या नवऱ्याबरोबर चाललेला संभोग बघतो. पलंगावर ती असते. तिच्या नवऱ्याबरोबर. शेजारच्या खुर्चीवर तिची ब्रेसियर्स, चोळी, परकर, चड्डी. फरशीवर चोळामोळा साडी. रुधिराक्षचं मन भरून येतं. नंतर सर्व आटोपल्यावर रुधिराक्षला लपावं लागतं. कारण एक हात नियमितपणे पडद्याबाहेर येतो आणि चुरगळलेली रबरी टोपी खाली भिरकावतो. असं वर्षानुवर्षं चाललंय. कधी कधी रुधिराक्षची प्रेयसी एकटीच असते. आता तिचं वय होत चाललंय. अंग बेढब होतंय. मधे मधे केस पांढरे झालेत. चेहऱ्यावर एक बारीक सुरकुती कायम झालीय.

२०

आता रुधिराक्षनं ड्रेनपाइपवर चढायला सुरुवात केली. पण आज चढ संपेचना. रुधिराक्ष वर, वर, वर, वर चढत होता. पण आज ड्रेनपाइप खरोखरच स्वर्गाला जाऊन भिडला असावा. तो अंतहीन, अमर्याद झालेला होता. रुधिराक्षला श्वाससुद्धा घेववेना. त्यानं वर पाह्यलं. आज वर अंधूक दिवासुद्धा नव्हता. त्यानं खाली पाह्यलं. भयानक उंचीवर तो आलेला होता आणि मग अंधारातच त्याला अॅटॅक आला. अंधारही दिसेना. डोकं भोवऱ्यासारखं गरगरलं. स्मृती विरून गेली. रुधिराक्षनं बेशुद्ध होता होता ड्रेनपाईप मात्र घट्ट पकडला आणि सांडपाण्याच्या वासात मिसळलेला प्रेयसीच्या अंगाचा सूक्ष्म वास त्याला तेव्हाही ओळखू आला.

२१

रुधिराक्षनं डोळे उघडले : अनोळखी जागी तो पडला होता. अंधूक, पांढऱ्या, खडबडीत जागी. त्यानं वर पाह्यलं. वर पृथ्वी प्रकाशत होती.

२२

तर मग चंद्र, चंद्र म्हणतात तो हाच. जननक्षमतेचा आणि विकासाचा नियंत्रक, मूलप्रेरणांचा अधिपती. पुरुषाच्या भावनांचा अधिकारी. स्त्रियांच्या रजोदर्शनाचा शास्ता. स्त्रीजीवनाचा सत्ताधीश. गर्भधारणा, गर्भारपण, गर्भाशय, मातृत्व यांच्यावर याची सत्ता चालते. तो सामूहिक जीवनावर, प्रेरणांवर,

दलितवर्गावर, नोकरांवर, गुलामांवर, शिष्यांवर, शागीर्दांवर, हिस्टेरियावर, रोमँटिक वृत्तीवर, अनुकरणशीलतेवर, अकर्मक धारणेवर, निष्क्रियतेवर, संवेदनाक्षम स्वभावावर, सहानुभूतीवर, घरगुतीपणावर, आनुवंशिक गुणांवर, कळपांवर, वेडावर, मानसिक विकारांवर, सावल्यांवर, स्वप्नांवर, पाण्यावर, पोटावर राज्य करतो. चंद्र डुकरांचा, सशांचा, रात्री बाहेर पडणाऱ्या प्राण्यांचा, उंदरांचा, घुशींचा, खेकड्यांचा, झिंग्यांचा, शेवंडांचा, जलचरांचा, वनस्पतींचा, कलिंगडांचा, काकड्यांचा, कोबीचा आणि बटाट्यांचा विधाता. चंद्राचा धातू चांदी. चंद्राची रत्नं म्हणजे चंद्रमणी, ओपल्स, ॲक्वामरीन, आणि मोती. चंद्राचे रंग शुभ्र, शुभ्र-पारवे आणि अंधूक.

चंद्र हा रुधिराक्षचा शत्रू.

आणि आता नेमके आपण चंद्रावरच येऊन का पडलो?

रुधिराक्षनं आकाशात पृथ्वीकडे पाह्यलं आणि पुन्हा त्याला भोवळ आली.

मूळच्या काळ्या चंद्रावर पौर्णिमेचा पांढरा मास्क दर पंधरा दिवसांनी चढतो.

आणि मग पृथ्वीवर इथरचा मादक, गोड वास पसरतो.

ऑपरेशन थिएटरसारखं सगळं जग. वर सर्जनसारखा चंद्र. ढगाढगांतून चकाकती थंड शस्त्रांची पाती बाहेर येतात.

रुधिराक्षच्या मेंदूमध्ये जे ट्यूमर झालेलं आहे त्याचं दर पंधरा दिवसांनी ऑपरेशन केलं जातं. रुधिराक्ष हा स्किझोफ्रेनिक आहे. त्याच्या मेंदूचा लोब कापून काढल्याशिवाय त्याला शांती मिळणार नाही. चंद्रकिरणांची पाती त्याच्या मेंदूचे दूषित भाग चराचरा कापून काढतात.

चंद्र त्याच्या विचारांवर आपला ॲनॅस्थेटिक रंधा मारतो.

२३

अलीकडे रुधिराक्षला भर गर्दीत, धक्काबुक्कीत जाऊन स्थिर उभं राहण्याची सवयच जडलेली आहे. खरंतर ख्रिस्तानं तरी याहून जास्त काय केलं? तो लोकांच्या आड आला म्हणूनच लोकांनी त्याला खिळे ठोकून कायमचा स्थिर केला. रहदारीला विरोध करणारांचं लोकांना नाइलाजानं निर्मूलन करावं लागतं.

२४

खोदादाद सर्कलजवळ संध्याकाळच्या गर्दीत रुधिराक्ष उभा होता. सिगरेट ओढत. आजूबाजूनं माणसांचे प्रवाह चालले होते.

आणि अचानक रुधिराक्षचे डोळे उंचावत चालले. त्याची नजर वर उचलली जाऊ लागली. खालची गर्दी सूक्ष्म, सूक्ष्म, सूक्ष्म होत गेली. गर्दीला नियम असतात हे त्याला दिसून आलं. रस्ता रिकामा असतो. कुठूनतरी चार माणसं धावत एका मध्यबिंदूकडे येतात. त्यांच्या धावण्यात इतर माणसांना आवाहन करणारी एक विचित्र नैसर्गिक शक्ती आहे. ज्यांना ज्यांना हे धावणारे दिसतात ते ते स्वतः त्यांच्या पाठोपाठ धावत सुटतात. मध्यबिंदू अदृश्य असतो. पण त्याच्याभोवती चार, शंभर, हजार, लाख, दहा लाख, कोटी, शंभर कोटी माणसं जमा होतात. त्यांचं एकत्र येणं एक सतत क्रमशः वाढणारा प्रभाव, एक प्रकारचं गुरुत्वाकर्षण निर्माण करतं. हे कळपाचं गुरुत्वाकर्षण आहे. हा घोळक्याचा प्रभाव आहे. कळपानं कशावरही हल्ला केला तर ते पाहणारा सुटा मनुष्यही हल्लेखोरांच्या सामुदायिक क्रियेच्या प्रभावात ओढला जातो. मारामारी, दंगल, यादवी, युद्ध, महायुद्ध ही सगळी यातूनच उद्भवतात. कळपानं टाळ्यांचा कडकडाट केला तर त्यापासून अलिप्त राहणं कठीण आहे. आपणही आपोआप टाळ्या वाजवू लागतो. हशा असाच पिकतो. हाऊसफुल्ल गर्दी अशीच जमते. पाईड पायपर ऑव्ह हॅमलिनची गोष्ट याविषयीच आहे. पोरं काय नि उंदीर काय एकदा गोळा व्हायला लागले की बघता बघता त्यांचा महापूर लोटणार आणि एकाच दिशेला ओढला जाणार. एलियास कॅनेट्टीनं सांगितल्याप्रमाणे.

वरून सर्वांची चरित्रं सारखी दिसतात : जशा मुंग्या.

२५

रामायणाचा एक पाठ असा आहे की जेव्हा रामानं शरयू नदीत उडी टाकून आत्मत्याग केला तेव्हा त्याच्या सर्व प्रजाजनांनी त्याच्या पाठोपाठ नदीत उड्या टाकून आत्महत्या केली.

२६

रुधिराक्षला आठवलं. शेवग्याचं झाड वस्तीत वाढतं. वस्ती उठून गेली की

ते वठून जातं. निर्जन ठिकाणी शेवगा वाढत नाही.

जिथं कळप नाही तिथं भयंकर अनादी एकांत आहे. जंतू, सूक्ष्म जीव, वनस्पती, जलचर, पक्षी, प्राणी, माणसं सगळं कळप करून वाढतं. अमिबा एकाचे दोन, दोनाचे चार, चाराचे आठ असं स्वतःचं विभाजन करून जनन करतो. जनन. प्रजनन. जाती. प्रजाती. आपण जितके जास्त तितके सुरक्षित आणि जितके सुरक्षित तितके जास्त जास्त.

रिकामं विश्व माणसाला खायला येतं. एकाकी माणसं विचारांच्या, कल्पनांच्या, प्रतिमांच्या कळपात वावरतात. जणू काय एकट्यानं टिकाव धरता येत नाही हे सर्व जीवांना उपजतच ठाऊक आहे. आणि जो आपल्यापेक्षा वेगळा आहे तो आपल्यासारखा न होता, आपल्यात सामील न होता तसाच राह्यला तर त्याला नाहीसा केलाच पाहिजे हीही याची उपजत बुद्धीच आहे.

२७

माझे डोळे लाल आहेत.

लिंच मी.

पण रुधिराक्षला कोणीच टोकत नाही. टाकत नाही. हाही विसाव्या शतकातला एक चमत्कारच म्हटला पाहिजे. कदाचित जगातले नानाविध प्राणी नाहीसे झाल्यापासून एखाददुसरा विपरीत माणूस नवलाईचा म्हणून त्याला हे इतस्ततः फिरू देत असतील. त्याचा ते पूर्ण स्वीकार कधीच करणार नाहीत, पण त्याला बघून त्यांना जी कीव येते ती मात्र त्यांना हवीहवीशी वाटते. शहाण्या माणसांना वेड्यांची गरज असते; कारण वेडे त्यांच्या शहाणपणाचा पुरावा असतात.

धनी व्हायचं तर गुलामांचं रक्षण केलं पाहिजे. पुण्यवान व्हायचं तर काही पापी लोक मुद्दाम टिकवले पाहिजेत. फक्त त्यांची संख्या नियंत्रित केली पाहिजे. आणि या नियंत्रणातच यशस्वी समाजनिर्मितीचं मर्म आहे. गुन्हेगारांची निर्मिती आणि निर्दालन दोन्ही कायद्यावर अवलंबून आहेत. पण प्रत्यक्ष कायद्याचं अस्तित्व आणि समर्थन गुन्हेगारांवरच आधारलेलं आहे. गुन्हेगारांवर नियंत्रण ठेवणं, गुन्हेगारी प्रवृत्ती आणि सर्वसाधारण वागणूक यांच्यातला तोल सांभाळणं हे कायद्याचं काम आणि त्याच्या यशाचं गमक.

कळपाचा मानदंड उत्पन्न केला की अस्वाभाविक न्याय उत्पन्न होतो. हाच मानवी न्याय.

२८

रुधिराक्षचे डोळे परत खाली उतरले. जमिनीपासून पाच फूट तीन इंचांवर स्थिरावले. पुन्हा त्याची नजर आडवी झाली. माणसांत आली. भानावर येऊन त्यानं डोळ्यांवर काळा चष्मा चढवला.

आता अंधार पडला होता. सर्वत्र दिव्यांचा लखलखाट झाला होता.

"मी आत्महत्या करू शकत नाही," रुधिराक्ष मनात मोठ्यानं ओरडला, **"मलाही जीवन हवं आहे!"**

हळूहळू तो टिळक पुलावरून पश्चिमेला दादरकडे चालत गेला. चालणं सोपं होतं. कारण रुधिराक्ष माणसांच्या पाठोपाठच चालत होता. ती त्याच्या बाजूची होती. त्याला भय नव्हतं.

२९

ड्रेनेज उपसणं हे काव्यमय काम आहे. हजारो माणसांच्या आतड्यांमधून प्रगत झालेला चोथा, हजारोंच्या मूत्रपिंडांमधून प्रक्रमित झालेलं नालायक रसायन सांडपाण्यात एकत्र येतं.

खोल खड्डा खणून उघडलेल्या नळापाशी आपण उभे असतो. डोळे मिटून तीव्र नाकानं त्याचा वास घेतला तर त्या दुर्गंधीचं अपरिमित इंद्रधनुष्य होतं. त्यातून एकेक व्यक्तित्वाची, भावनेची, विचाराची छटा उलगडत जाते.

रुधिराक्षचं काम हे. हा त्याचा धर्म. सांडपाण्यावरून जीवनाची अनेकांगी समृद्धता अंतश्चक्षूंपुढे पुन्हा उभी करणं. अवशिष्टांमधून संस्कृतीचं मूळ वैभव ओळखणं. मलमूत्रापासून ब्रह्मसूत्रापर्यंत सलगपणे जाणं.

वर लाल कंदील टांगलेला असतो. **वर्क इन प्रोग्रेस / काम चालू रस्ता बंद** अशी पाटी लावलेली असते. वरून येणाऱ्या जाणाऱ्यांना काहीच कुतूहल नसतं. आत कोणीच डोकावत नाही. रुधिराक्षचे हात मलमूत्राने माखलेले असतात. फुटका नळ सांधून त्यावर माती लोटून तो वर येतो तेव्हा मात्र लोक त्याला टाळतात. शूद्र, यातीहीन मनुष्य. गटारात माखलेला. त्याच्या अंगाला आपल्याच

मलमूत्राचा वास येतोय हे ते विसरतात. शहारून ते बाजूला सरकतात. माणुसकीचा मूळ दर्प माणसांनाही सहन होत नाही. त्यांना निर्जंतुक व्हायचंय. आपल्याला शरीर आहे हेही त्यांना विसरायचंय. अमरत्वाचा त्यांनी ध्यास घेतलाय. शुद्ध, निरामय आत्म्याचं त्यांना स्वप्न पडलंय. मी/रुधिराक्ष म्हणतो, ''शुद्ध म्हणजे काय? फक्त शून्य शुद्ध आहे. आणि शून्य नाहीच. जे आहे ते सर्व सरमिसळ आहे. तुम्ही विराट, सरमिसळ, सजाण असूनही शून्यत्वाचा, शुद्धत्वाचा का ध्यास घेता?''

''हा ताओ आहे : मध्यम. त्याचा एक बाहू पाप, दुसरा पुण्य. दोन्ही बाहूंनी एकच काम करा. एकात्मतेला त्रिगुणांचाही विटाळ नाही. गेट इन्व्हॉल्व्हड. गेट टोटली इन्व्हॉल्व्हड. इतके दिवस पाप टाळून तुम्ही पुण्य शोधलं. आता पापानं पुण्य पूर्ण करा. सर्च इव्हिल. त्याची प्रेयसी म्हणाली होती, ''सेक्स हे पाप आहे. फक्त वंशवृद्धीसाठी त्याचा उपयोग. बायकोनं ते नवऱ्यालाच निमूटपणे द्यायचं असतं. कारण तो तिला पोसतो. देवाब्राह्मणांसमक्ष तसा करारच तिनं केलेला असतो.''

रुधिराक्ष म्हणाला होता, ''माणसं निर्माण करणं हे माणसाचं काम नव्हे. ती निसर्गाची प्रक्रिया आहे. निसर्गाचा वाटा निसर्गाला, माणसाचा वाटा माणसाला. निसर्गात प्रेम नाही. प्रेम माणसानं शोधून काढलं. लढाया नैसर्गिक आहेत : शांती माणसानं उत्पन्न केली. तडजोड निसर्गात नाही. निसर्गात फक्त विरोधी ध्रुवांचा अतिमानुष संघर्ष आहे. माणूस द्वंद्व मिटवतो. माणूस सर्व विरोधी भासणाऱ्या गोष्टींत एकात्मता पाहू शकतो; दाखवू शकतो; अनुभवू शकतो. माणूस समग्र विश्वाचंच अस्तित्व जणू काय आपण स्वतःच आहोत इथवर आपलं भान विस्फारू शकतो. माणूस प्रतिनिसर्ग उत्पन्न करतो. बुद्धी नैसर्गिक आहे पण आत्मभान मानवी आहे. बुद्धीनं मन वापरू नये. मनानं बुद्धी वापरावी. निसर्गाला जबाबदारी नाही. माणसाला जबाबदारी आहे. माणसांचा समागम वंशसातत्यासाठी नाही. माणसाचा समागम सायुज्याच्या अनुभवासाठी आहे. ब्रह्मानंदाचे डोलावे येण्यासाठी आहे.''

३०

''तू मला आवडतोस रुधिराक्ष! पण तू पापी आहेस! तू पैसे कमवू शकतोस, पण त्यात तुला रस नाही. मोठ्या प्रतिष्ठेच्या आणि चांगल्या पगाराच्या नोकऱ्या तू सोडून दिल्यास. तू यशस्वी होण्याच्या मार्गावर असताना अचानक भलता ध्यास

घेतलास आणि त्यात गुरफटत गेलास. अजून वेळ गेलेली नाही. तुला नाव आहे. प्रतिष्ठा आहे. पुन्हा मार्गावर येऊन तू यश मिळव. शरीरानं नसले तरी मनानं मी तुझीच आहे. हे सर्व तुझंच आहे. फक्त हा नाद सोडून दे. रोज रात्री ड्रेनपाईपवर चढून माझ्या खिडकीतून आत डोकावण्याचं हे जगविलक्षण वेड सोडून दे! माझ्या शरीराचा मोह सोड! माझ्याशी शृंगार करण्याचा ध्यास सोडून दे!''

''किती विमनस्कपणे तू मैथुन करतेस त्याच्याशी! कपडे उतरून ठेवतेस तसंच शरीरही उतरूनच ठेवतेस. तू नसतेसच तेव्हा त्या वेळी! ही गोष्ट किती भयंकर आहे! मला किती क्लेशदायक आहे हे ठाऊकाय तुला? तुला अशी बधिर, संवेदनाहीन, थंडगार, प्रेतवत स्वरूपात समागम करताना पाहून माझ्या अंगावर शहारे येतात ! ज्या रात्री मला तुझा मैथुनमग्न चेहरा सुखानं चिंब झालेला दिसेल, जेव्हा तुला अगदी आतून परमसुखाचे असह्य डोलावे येत राहतील आणि अनावर होतील, जेव्हा तुझं अंगांग उचंबळून येईल आणि तू आनंदानं कण्हू लागशील त्या रात्री मी माणसांत परत येईन. त्या रात्री मी पुन्हा मानवतेच्या विश्वात परतलेलो असेन. डायनासॉर्सच्या काळापासून तहत आजवर आपल्या पेशींत लिहून ठेवलेलं कोरीव आनंदसंगीत तुझ्या रंध्रारंध्रांत निनादताना मला ऐकू येऊ दे. मग माझा माणसाच्या अंतिम यशावर विश्वास बसेल. तुला एक ऑरगॅझमचा अनुभव येण्यावर माझी सगळी श्रद्धा-अश्रद्धा अवलंबून आहे!''

''रुधिराक्ष ! मर्यादा सोडू नकोस. आपले संबंध आपल्याला तोडावे लागतील!''

''तू एक गोठलेलं हिमयुग आहेस! तू वितळण्याची मी वाट पाहतोय. ह्या इथं जीवनेच्छाच गोठलेली आहे. व्यवहार मात्र जास्तजास्तच गुंतागुंतीचे होत चाललेत.''

रुधिराक्ष हे म्हणाला तेव्हाही त्याचा शर्ट सांडपाण्यानं भिजून गेलेला होता. उलट तिच्या अंगचा वास तिच्या आवडत्या फ्रेंच सुगंधात लपून गेला होता.

३१

रुधिराक्षच्या प्रेयसीची श्रेयं स्पष्ट होती. तिला एक प्रचंड सुसज्ज घर हवं होतं. किल्ला आणि राजवाडा दोन्हीचे फायदे देणारं. स्वतःची कार हवी होती. शोफरसकट. तिला काश्मीरच्या, अतिपूर्वेच्या, युरोपच्या, अमेरिकेच्या सहली हव्या होत्या. ऐश्वर्यसंपन्न पद्धतीनं मोठमोठ्या प्रसिद्ध बाजारपेठांत खरेदी हवी होती. घरात मेजवान्या हव्या होत्या; समारंभ हवे होते; नोकरचाकर हवे होते;

कपडेलत्ते हवे होते; झगमगाट हवा होता. भुकेल्या डोळ्यांनी तिनं लहानपणापासून ज्याची प्रतीक्षा अधाशीपणे केलेली होती ते ते तिला प्रौढ आयुष्यात हवं होतं. अंतर्मनाला भेडसावणारी गरिबी नाहीशी करील अशी ऐहिक जादू तिला याची देही याची डोळा बघून भोगायची होती.

उलट रुधिराक्षला तिच्या बधिर जननेंद्रियांत आदिम थरथर व्हायला हवी होती. त्यात विश्वरोमांच उमटायला हवा होता. जे ओबडधोबड पाशवी शरीर लाखो वर्षं उत्क्रांत होत होत आता नितळ संवेदनाक्षम झालेलं होतं ते त्याला तिच्या समागमात अनुभवायचं होतं. एवढ्याचसाठी तर एरव्ही निषिद्ध असलेलं रक्त त्याच्या डोळ्यांत येऊन उत्कंठेनं उभं राहिलं होतं. त्याचे डोळेच अश्लील होते. बघू नये, दिसू नये ते नेमकं त्यांत होतं. ज्या पशुत्वाचं माणसात कधीच निराकरण होत नाही त्याचं शांत, भैरव स्वरूप त्याच्या बुबुळांत होतं. रुधिराक्ष संत होता. पण तो कळपाचा संत नव्हता. तो पशू होता. पण त्याचा हिंस्रपणा नाहीसा झालेला होता. त्याचं शेपूट गळालेलं होतं. त्याचं जननेंद्रिय वंशनिर्मितीच्या आंधळ्या फेऱ्यांतून मोकळं झालेलं होतं. ते ताठ, असामाजिक झालेलं होतं. त्याला एक शंकरपणा प्राप्त झालेला होता.

३२

आता पुन्हा रुधिराक्षला जो ॲटॅक आला तो मध्यरात्री शिवाजी पार्कच्या मैदानात. क्षणार्धात सगळं मैदान गरागरा फिरलं. रुधिराक्षचा तोल गेला तो गेलाच. तो मातीत कोसळला. सगळंच दिसेनासं झालं.

३३

आणि त्याला जाग आली तेव्हा त्याला निळंभोर आकाश दिसलं. वर हजारो डोळे प्रकाशत होते. त्यातला प्रत्येक डोळा रुधिराक्षच्या डोळ्यांइतकाच लाललालबुंद आणि तेजस्वी होता.

अवाक् रुधिराक्ष पाहतच राह्यला. हे स्मरण की विस्मरण हेच त्याला कळेना. अवकाशाची ताणलेली कडा, त्या भारलेल्या पोकळीचं वेगवान संकोचणारं वळण त्याला दिसत होतं. एकीकडे स्पंदन पावणारे ते लालबुंद विस्तवी डोळे तर दुसरीकडे भराभरा संकोचणारं अवकाश विस्फारल्या जाणाऱ्या चैतन्याभोवती

अवकाश आवळला जात होता. एकमेकींना गिळणाऱ्या दोन प्रक्रिया—जनन आणि संहार, स्फोट आणि संकोच, एकाच वेळी घडत होत्या.

३४

रुधिराक्षला आठवलं : मध्यान्हीच्या विक्राळ स्तब्धतेत आपण आफ्रिकन पठारावर उभे होतो. एकाएकी आपल्याला जाणवलं की सगळे स्तब्ध फत्तर, पहाड, सगळे पर्वत, डोंगर, पृथ्वीचं एकूण कवचच आपल्या त्वचेइतकंच ठिसूळ आणि नाशवंत आहे. आपलं कपाळ आणि वर्षानुवर्षं झिजणारे, तडकणारे खडक यांत फरक एकच आणि फार सूक्ष्म आहे : आपल्याला **भान** आहे.

मैदानातून जिराफ धावत जात होते. हत्तींचे कळप चीत्कार करत गवत दडपत जात होते. गवताची जिवंत पाती चिरडली जात होती. चिखलात हिप्पोपोटेमस मख्ख उभे होते. सरोवरात शेकडो फ्लेमिंगो पक्षी. रानगवताच्या काड्या मावळत्या उन्हानं लाल झाल्या होत्या. एका अनारंभ शांततेवर पाशवी आवाजांचं नाजूक भरतकाम होत होतं. तेव्हा आपण कशानं थराथरा कापलो?

३५

आणि नाइट क्लबमध्ये : आपण व्हिस्की पिऊन तर्र झालो होतो आणि स्वस्त, लुकडी, रोगी, तारुण्य ओसरलेली, भयाण रंगरंगोटी केलेली एक रांड आपल्याकडे सिगरेट पेटवायला काडी मागत होती. तिच्या अत्तराचा पारोसा दर्प आपल्याला सहन झाला नाही. पाच डॉलर्समध्ये रात्रभर शय्यासुख द्यायला ती तयार होती. बिचारीला आपल्या कामकौशल्याची जाहिरात स्वतःच करावी लागत होती. आपण अखेर तिला नुसतेच पाच डॉलर्स दिले. तिला वाटलं की आता आपण तिच्याबरोबर जाणार किंवा तिला नेणार. आपण नुसतंच "नको! थँक्यू!" म्हटलं तर तिचा व्यावसायिक अभिमान तरी दुखावला गेला किंवा वैयक्तिक प्रतिष्ठेला तरी धक्का लागला. "मला भीक नको! माझं शरीर घ्या! माझ्याकडून कोणतीही लैंगिक सेवा करून घ्या. हा माझा धंदा आहे," ती म्हणाली. तर आपण तिच्या कपाळाचं चुंबन घेऊन उठून गेलो आणि मग पार्किंग लॉटमध्ये जाऊन भडाभडा ओकलो ते सगळं आतडं पूर्ण रिकामं होईपर्यंत. आणि परत आयुष्यात कधीही नाइट क्लबात नागड्या बायांच्या नाच कसरती पाहायला जायची बुद्धी

झाली नाही आणि वेश्यांचा सुळसुळाट असलेले बारसुद्धा आपण टाळू लागलो.

३६

आणि जुलै महिन्यात : गारठा, अंधार, पावसाचा तुफान वर्षाव. आपण काकडून गेलो आणि एन्रिकोच्या बारमध्ये शिरलो. एक जमैकन डबल रम आणि गरम काळी कॉफी मागवली. चक्क सिगार पेटवला. खिडक्यांची बंद तावदानं पाण्याच्या थेंबांनी आणि साचलेल्या बाष्पाच्या घनीभवनामुळे अपारदर्शक झालेली होती. प्रत्येक टेबलावर माणसं चूप बसलेली होती. आपापल्या पेयांचे घुटके घेत आणि स्तब्धतेचा भंग न करत. स्तब्धता कसली? पावसाचं बेभान संगीत चाललं होतं. वाऱ्याचा, पावसाचा, ढग गडगडण्याचा, विजा कडाडण्याचा, तावदानावर थेंबांचे सपकारे बसण्याचा संमिश्र आवाज एखाद्या विराट वाद्यवृंदासकट गाणाऱ्या भरगच्च कोरससारखा येत होता. आणि एकदम समोरच्या टेबलावरली तरुण मुलगी हसत सुटली. विजा चमकाव्या, ढग गडगडावेत तशी. ती हसायची थांबली तेव्हा पुन्हा पावसाचा आवाज चालूच होता पण सगळी शांतताच पालटून गेली होती. त्या मुलीचं ते हसणं एखाद्या दिलखुलास ऑरगॅझमसारखं होतं. त्या हसण्यात एक निर्भीड नग्नता होती. एक गडबडा लोळणं होतं. एक मुसमुसलेला अनावरपणा होता. प्रत्येकच स्त्रीमध्ये, मुलीमध्ये असं हसण्याची सुप्त क्षमता असणारच असं त्या वेळी रुधिराक्षला अचानक जाणवलं. त्या हास्यात काहीतरी वैश्विक होतं. ते शक्तीचं हास्य होतं. त्यात उत्स्फूर्त सुरतसुखाच्या अनन्वित गुदगुल्या होत्या. इंद्रियसुखाच्या लाटा फुटत होत्या.

३७

आणि दहा वर्षांपूर्वी : इथंच. तीन दिवस आपण फक्त चहा-पावावर काढले. नंतरचे तीन दिवस नुसत्याच चहावर. सातव्या दिवशी सकाळी आपल्या पोटात चहासुद्धा गेला नसताना आपण रस्त्यातून चाललो होतो आणि दोन्ही पाय तुटलेला एक अपंग भिकारी नाक्यावर कण्हत पडलेला पाहून अजूनही आपण स्वतः ऐश्वर्याच्या शिखरावरच आहोत असं आपल्याला वाटलं. जगात फक्त उभी माणसं आणि पडलेली माणसं नसतात हे आपल्याला ठाऊक होतं. भरपूर खाऊन-पिऊन जनानखान्यातल्या लवंड्यांच्या अर्धनग्न गराड्यात लोळणारा

रुधिराक्ष ९५

सुलतान पडलेला असला तरी लाचार नसतो, तर उपाशीपोटी उन्हातान्हात घामानं निथळणारा, तहानेनं घशाला कोरड पडलेला, धापा टाकणारा उभा माणूस कोसळायच्या बेतात असतो. हेही त्याला ठाऊक होतं. पण अपंग भिकाऱ्याची उपासमार आणि आपण पत्करलेला उपवास ह्यांतला फरक त्याला कळत होता. आपण उपवास करण्याचा मार्ग निवडलेला आहे ह्याची रुधिराक्षला जाणीव होती. आणि जोवर आपण आपला मार्ग निवडतो आहोत तोवर आपण आपल्या विश्वाचा अर्थही निवडतो आहोत, हे त्याला उपवासाच्या शेवटच्या दिवशी कळलं होतं.

३८

आणि बारा वर्षांपूर्वी : वयाच्या सतराव्या वर्षी आपण एम्प्लॉयमेंट एक्स्चेंजच्या कचेरीच्या रांगेत उभे होतो ते त्याला आठवलं. ''टायपिंग येतं?'' ''नाही.'' ''शिक्षण काय?'' ''एस.एस.सी.'' ''सर्टिफिकेट पाहू?'' मग कार्ड मिळालं, नंबर मिळाला. मिळेल ती नोकरी करण्याची आपली तयारी होती. शिपाई तर शिपाई. कारकून तर कारकून. वेटर. प्राथमिक शिक्षक तर प्राथमिक शिक्षक. दोन वेळ उसळ-पाव किंवा शोर्वा-रोटी, दोन वेळा चहा आणि एक पाकीट चारमिनार सिगरेट हे आपलं राहणीमान होतं. वर्षाला तीन जोड्या शर्ट-पँटी बनियन-जांगिये पुरत. केस आणि दाढी वाढवल्यामुळे तो खर्च नव्हता. शिवाय बऱ्याचशा जनतेला आपण कलावंत किंवा आध्यात्मिक साधक वाटायचो. अशी तीन वर्षं काढली. शिकवण्या केल्या. एक रात्रपाळीची नोकरी केली. कॉलेजातलं शिक्षण संपवलं. आणि मग विसाव्या वर्षी वृत्तपत्राच्या कचेरीत शिकाऊ उपसंपादक म्हणून लागलो. रात्री न्यूज डेस्कवर बसून टेलिप्रिंटरमधून आलेल्या बातम्यांच्या भेंडोळ्यांचे तुकडे जोडायचे. त्याचे परिच्छेद पाडायचे. त्याची काटछाट करून हवा तेवढा संक्षेप करायचा. त्याला मथळा द्यायचा आणि तो किती स्तंभी किती आकाराच्या टाइपातला तेही लिहून, छपाईसाठी खाणाखुणा लिहून तो मजकूर कंपोजला पाठवायचा. वर्तमानपत्राच्या प्रत्येक पानाच्या डमी बनवायच्या. त्यात ऐन वेळी एखादी जाहिरात किंवा ताजी बातमी घुसवावी लागली की पुन्हा फिरवाफिरव करायची. दारूबंदीचे दिवस. त्यामुळे हे सगळं चोरून कंट्री मारून, पावभजी किंवा शेवगाठ्या खात अंकाची छपाई सुरू होईस्तोवर करत राहायचं. मग एकदा का अंक छापून यायला लागला की द्यायची

टेबलावरच ताणून किंवा दारू पुरेशी चढली नसली तर तेवढ्या अपरात्रीसुद्धा चर्चगेट किंवा व्हीटीला येऊन पहाटेच्या पहिल्या गाडीची वाट पाहायची. रुधिराक्षचा पास दोन्ही रेल्वेंचा होता. रात्रीच्या वेळी बोरीबंदर स्टेशनावर जाणं त्याला फार आवडायचं. एकतर ते कधीच न झोपणारं स्टेशन म्हणून आणि दुसरं म्हणजे मुंबई भारताला जोडलेली आहे याचा जिताजागता अनुभव ब्रिटिशांनी बांधलेल्या ह्या भव्य स्टेशनातच यायचा. जाणारे विश्वेश्वरप्रसाद आणि पानाची पिंक टाकणारे बद्रीप्रसाद किंवा तोंडावर गमछा लपेटून बसलेले सियारामशरण आणि काखा खाजवणारे लछमनदास. कलकत्ता मेल हावड्याहून सुटण्याची मुंबईला वाट पाहाणारे दत्तो, गुप्तो, बागची आणि बोंद्योपाध्याय. सांबारभाताचा ढेकर देणारा जानकीरामन. तिथल्या बाया आणि त्यांची पिलावळ. होल्डॉल, ट्रंका, बोचकी, गाठोडी, पिशव्या, फिरकीचे तांबे, थर्मास, बाटल्या, खुजे, मडकी स्टेशनावर इतस्ततः पसरून झोपलेले भारताचे नागरिक. प्रचंड सूचनाफलक, वेळापत्रकं, घड्याळं, वजनाची यंत्रं, हातगाड्या, पुस्तकं आणि नियतकालिकं, बिस्किटं आणि चॉकलेट, कचकड्याची खेळणी आणि खरीखुरी फळफळावळ, चहा आणि कॉफी, आइस्क्रीम आणि थंड पेयं ह्या सर्वांनी कायम गजबजलेला बोरीबंदरचा अवकाश रुधिराक्षला त्या काळी स्वतःच्या घरासारखा वाटायचा.

३९

वर्तमानपत्राच्या कचेरीतून बोरीबंदर स्टेशनावर येणं म्हणजे काळ्या पाण्याहून सुटून येताना आपली बोट परत बंदराला लागलेली अनुभवणं. त्या इंग्रजी दैनिकातलं वातावरण महाखडूस अशा कानडी, तामीळ, मल्याळी आणि तेलगू लोकांनी तुरळक मराठी, गोवानीज, पारशी अशा लोकांवर चालवलेल्या राज्याचं होतं.

आणि तिथला तो भयानक संडास. मुख्य संपादक आणि ज्येष्ठ सहसंपादकांना मुतायला वेगळी जागा होती. जाहिरात आणि सर्क्युलेशन विभागांचे प्रमुख तर ऐश्वर्यातच हगत-मुतत असावेत. त्यांचं सगळंच वेगळं होतं. उपसंपादक, स्थानिक वार्ताहर वगैरे लोकांचा संडास कायम घाण आणि तुंबलेला असायचा. गुवाचे ढीग, मुताची थारोळी, विड्या-सिगारेटींची थोटकं, पानाच्या पिंका. हळूहळू रुधिराक्ष ती दुर्गंधी पचवायला शिकला. गिरगाव किंवा काळबादेवीच्या चाळींतली मध्यमवर्गीय दुर्गंधी; डिलाईल रोड, सात रस्ता, चिंचपोकळी, काळा

चौकी वगैरेची कामगारवर्गाची दुर्गंधी; डोंगरी-माझगावची ख्रिश्चन-ज्यू दुर्गंधी; मदनपुऱ्यातली मुस्लीम दुर्गंधी; भुलेश्वरची जैन आणि हिंदू दुर्गंधी; भायखळ्याची अँग्लो-इंडियन दुर्गंधी... मुंबईची दुर्गंधी कॉस्मोपॉलिटन आहे. तिच्यात ग्रँटरोडचे पारशी आणि गोलपिठ्याच्या नेपाळणी, मलबार हिलचे उच्चवर्गीय आणि विदेशी नागरिक आणि प्रभादेवीचे भंडारी किंवा वरळीचे कोळी ह्या सगळ्यांचा कुजणारा कचरा पिकून त्यातून एक वैश्विक मिथेन वायू बाहेर पडतो.

४०

आणि रुधिराक्षचा त्याच्या मूळ प्रेयसीशी, धाकटीशी, झालेला पहिला समागम. त्यापूर्वी सहा महिने तिनं त्याचा स्पर्श टाळायचा आणि त्यानं नेमका तिला पुन्हा स्पर्श करायचा असा स्पर्शांचा लपंडाव चालला. दरम्यान भीत भीत बिचकत बिचकत लाजत लाजत आणि नाना प्रकारच्या सूचक आडवळणांनी त्यांनी एकमेकांवरचं प्रेम वागणुकीतून, शब्दांतून, रागालोभातून, रुसव्या-फुगव्यातून, रडण्यातून आणि संतापातून व्यक्त केलं होतं. रुधिराक्ष संतापला आणि ती रडली की स्पर्शाच्या शक्यता वाढायच्या. त्यानं तिचे खांदे धरणं, तिनं त्याच्या छातीवर डोकं टेकणं, त्यानं तिचं तोंड आपल्या ओंजळीत धरणं, तिनं त्याचे तळहात घट्ट पकडणं इत्यादी नुसत्या तीव्र भावनोद्रेकाच्या वेळच्या सुरुवातीच्या कृती असायच्या. पण अजूनपर्यंत तिनं त्याला आपल्याला सरळ मिठीत घेऊ दिलं नाही. चुंबन तर टाळलंच. त्यानं तिला पाठीमागून मिठी घातली तरी ती अवघडून जायची किंवा सुटण्याचा प्रयत्न करायची. उत्तेजित होऊन इंद्रिय ताठ झालेला, कानशिलं तापलेला, हृदयाची धडधड आणि श्वासोच्छ्वासाची गती वाढलेला, ओठ शिवशिवणारा आणि बेभान झालेला रुधिराक्ष तिच्या ह्या प्रतिकारानं वैतागायचा किंवा चिडायचा किंवा गोंधळून जायचा. तरी पुढे हळूहळू त्याच्या ध्यानात येऊ लागलं की ती प्रतिकार जरी करत असली तरी स्वतःही उत्तेजित होते आहे आणि त्या उत्तेजनाचा तिच्यावर होणारा परिणाम आपल्यावर होणाऱ्या परिणामासारखाच आहे. उत्स्फूर्तपणे, शिताफीनं त्यानं एक दिवस तिच्या पायापासून वर, मांडीच्या आतल्या कोमल पृष्ठभागाला स्पर्श केला. स्वतःवर पूर्ण नियंत्रण ठेवून त्यानं हलके हलके तिला उत्तेजित केलं. कळत नकळत ती प्रतिसाद देऊ लागली. आता रुधिराक्ष तिच्या बाह्येंद्रियांना, स्तनांना

स्पर्श करू शकत होता, कुरवाळू शकत होता, दाबू शकत होता, चोळू शकत होता. तिचा उरलासुरला प्रतिकार दररोज ढासळून जात जात त्याचं रूपांतर उत्कट आवेगयुक्त बेभान प्रतिसादात झालं. मग एके दुपारी त्यांचा पहिलावहिला संभोग घडला. तेही पावसाळ्याचेच दिवस होते. धो धो पाऊस कोसळून मुंबई बंद पडायची वेळ आलेली. दुपारची वेळ. ऑफिसची माणसं ऑफिसांत, शाळा कॉलेजची मुलं शाळा-कॉलेजांत, गृहिणी आपापल्या घरांत. तिच्या इमारतीच्या गच्चीकडे जाणाऱ्या जिन्यावर रुधिराक्ष आणि ती होती. जिन्यावर अडगळ होती. वर जाण्याचा रस्ता चिंचोळा होता. तिथं आडोशाला ती कधी कधी अभ्यासाला, पुस्तक वाचायला बसे. इमारतीतल्या एकूण सहा बिऱ्हाडांपैकी गच्चीवर जाण्याच्या वयाची मुलं-मुली आणि तरुण-तरुणी तीन-चारच होती. त्यातही दुपारी घरी असणारी ती एकटीच. ह्या धुवाधार पावसाच्या दुपारी रुधिराक्षनं सगळी बंधनं, सगळे नियम तोडून तिच्याशी बेछूट रतिक्रीडा केली आणि आश्चर्य म्हणजे दिवस जाण्याची भीती न बाळगता, उच्चवर्णीय आणि मध्यमवर्गीय हिंदू महाराष्ट्रीय मुलीचे सगळे संस्कार झुगारून देऊन, थोडीशी वेदनाही सहन करत तिनंही त्याला पुन्हा पुन्हा येऊ दिलं. वस्तुतः पहिला समागम हा अपयशीच ठरायचा संभव जास्त असतो हे त्याला ठाऊक होतं. तशी त्याला अगोदर धाकधूकही होती. पण अत्यंत संयमपूर्वक, स्वतःच्या सुखाचा विचार दुय्यम मानून, गेले काही दिवस तिलाच जास्त खुली करण्याच्या ह्या पहिल्याच मुक्त समागमाच्या प्रसंगी त्या दोघांनाही प्रत्येक वेळा एकत्रसुखाचे डोलावे आले; अंगांग तरंग आले. त्या तीव्र उत्कट झटापटीत तिच्या अंगाचा सहीचा वास रुधिराक्षच्या स्मरणात कायम कोरला गेला. ह्याच वासाची नाना सूक्ष्म मिश्रणं तिच्या घामाला, ऋतुगंधाला, मुताला, इंद्रियाला, काखेला, योनीला, केसांना वेळोवेळी वेगवेगळी यायची. संभोगाचा संपूर्ण शारीरिकपणा, इंद्रियांचा तो घमघमाट, अत्तरासारखा निघालेला सर्व संवेदनांचा अर्क त्याला काहीतरी शिकवून गेला. ते उन्मन होऊन एकमेकांमध्ये कणकेसारखं तिंबलं जाणं. ते काठोकाठ भरून ओसंडून गेल्यावरचं दैवी उदासपण. रुधिराक्षनं तो अनुभव मानदंडासारखा शरीराच्या सिंहासनावर, सम्राटाच्या जागी ठेवला. त्याच्या लेखी तोच परमेश्वर/परमेश्वरी. ते लिंगातीत लैंगिक तादात्म्य तो परत परत शोधत राहिला होता. पण त्यानंतर धाकटी आणि मोठी दोघीही त्याला दुरावल्या. जन्मदात्यांच्या संस्कृतीत त्या नाहीशा

होऊन गेल्या किंवा हरवून गेल्या. पतींची सेवा करण्यासाठी आणि मुलाबाळांना वाढवण्यासाठी. बलिदानं करण्यासाठी. रांगडे रंगरूट जसे रणांगणात जाऊन क्षितिजावरल्या बाँबस्फोटात नाहीसे होतात तशा. रुधिराक्षच्या कल्पनेतल्या केवल कामिनी, विशुद्ध प्रेयसी, परमशक्ती तशाच राहून गेल्या. ''या देवी सर्वभूतेषु शक्तिरूपेण संस्थिता'' त्याच्या मनात ध्वनी झाला. आणि बीजमंत्रांचे तुकडे 'ॐ ऱ्हींऽ' आणि 'ऐंऽक्लींऽ'. आणि तो प्रचंड घंटानाद ऐकता ऐकता खुद्द रुधिराक्षच पितळेचा होऊन गेला.

४१

एकमेकांना जोडलेल्या अनुभवांच्या भुयारांच्या ह्या भुलभुलैयात अचानक भलत्याच दगडी भिंतीशी रस्ता संपून जातो. कदाचित दोन स्मृतींच्या नोंदींमधलं अंतर फार सूक्ष्म असेल किंवा मेंदूतसुद्धा होत असतील शॉर्टसर्किटं, कोणी सांगावं? पण ह्या परमोच्च सुखाच्या स्मृतीपाठोपाठ समोर येतं ते डॉक्टरांचं प्रेत. शंभर किलो वजनाचा जेमतेम साडेपाच फुटी माणूस. साठी उलटलेला. टकल्या. हिरव्या डोळ्यांचा. तेव्हाही पाऊस पडतच होता. पण आफ्रिकेत. आणि जाळायला उशीर झाल्यामुळे प्रेत अतोनात फुगलेलं. नाकात बोळे. डॉक्टरांचा जावई साताठशे किलोमीटर प्रवास करून सासऱ्याला अग्नी द्यायला आलेला. जावई तसा सासऱ्याला जेमतेमच ओळखत असेल. डॉक्टरनं आपलं कुटुंब ठेवलं होतं तिकडे पुण्यात. सदाशिव किंवा नारायण पेठेत. त्यांची नऊवारी पापभीरू बायको किंवा ॲनिमिक स्कॉलर मुलगी तिकडे सुरक्षित अंतरावर ठेवून इकडे हा हिरवट म्हातारा आफ्रिकेत हुंदाडायला मोकळा. लय झवाडा आणि भानगडबाज. घरातली सुदानी मोलकरीण चढायला पुरी पडेना म्हणून हॉस्पिटलातली हाफ-कास्ट इटालियन नर्स घरात आणून तिला ठोकायचा. रुधिराक्षकडे अधूनमधून बियर प्यायला येणार आला की बैठकीला आठ-दहा बाटल्या बियर पिऊन अर्धी रुधिराक्षच्याच संडासात मुतून जाणार. वेळेला दोन दोन अख्ख्या रोस्ट कोंबड्या खाईल किंवा अर्धा किलो मेंढराची तंगडी. हा बीफस्टेक पण चवीनं खाणार कारण ब्राह्मणाच्या जन्माला आला. ह्याच्या यज्ञोपवीताला एखादी स्पेअर एफएल बांधलेली असेल. झवता झवता मधेच थांबून हा संध्या करत असेल किंवा गायत्री मंत्र म्हणत असेल : ''ॐ भूर्भूःस्वाहाः तत्सवितुर्वरेण्यम् भर्गोदेवस्य

धीमहि धियो यो नः प्रचोदयात'' आणि ह्याला 'प्रचोदयात' म्हणजे काय वाटत असेल सांगायलाच नको. जळायला खूप वेळ लागला. विधी जाणणारा ब्राह्मण नव्हता म्हणून सर्वांनी आपल्याला आठवतील ते गीतेतले श्लोक गंभीरपणे म्हटले. नॉट अ बॅड डेथ. तीन बाटल्या बियर पिऊन, चिकन खाऊन, रखेलीच्या कुल्याचा चिमटा घेऊन अचानक कॉरोनरी फेल्युअर किंवा सेरेब्रल हेमरेज झालं तर कोणाला नकोसं वाटेल? म्हातारा तडस लागून मेला यात संशय नाही.

४२

गेल्या वर्षी. तिच्या घरी खायला दाणा नव्हता. नवऱ्याला उत्पन्न नव्हतं. कर्जसुद्धा कोणी देईना. त्या दिवशी गेलो तर सकाळच्या दुधालाही पैसे नव्हते. आणि मुलं शाळेला जायची. मला कल्पनाच नव्हती. मी म्हटलं, ''मला चहा हवाय'' उत्तर नाही. मग ती रडली. मी खिशात हात घातला तर माझ्याहीकडे पैसे नाहीत. भाडं तुंबलेलं. देणी तुंबलेली. किडूकमिडूक विकून कुठवर रेटणार? गहाण टाकता येण्यासारखं अगोदरच गहाण ठेवलेलं. ह्या सगळ्याला स्पष्टीकरण आहे. गरिबी–श्रीमंतीची चिकित्सा करणारे सिद्धान्त आहेत. पण त्यांनी पोट भरत नाही. आमच्या बाया कितीही कष्टाळू असल्या तरी आर्थिक दृष्ट्या परावलंबी राहाव्यात ह्याच बेतानं वाढवलेल्या कुटुंबाची चाकरी, नवऱ्याची सेवा, मुलाबाळांचं संगोपन किंवा सुस्थिती असली तर दागदागिने लादून तिचं प्रदर्शन करणं आणि साजूक तुपातलं अन्न जेवून कमरेवर वळ्या वाढवणं आणि नितंबांना भारदस्त बनवणं. भयानक गुलामगिरीचाच हा प्रकार आहे. स्पष्टीकरणं आहेत. पण त्यांनी भूक भागत नाही. भूक नेमानं लागते.

४३

भूक नेमानं लागते म्हणून आपण नोकरी करतो. रात्रभर ड्रेनेज उपसतो. भूक नेमानं लागते म्हणून बायका लग्न करतात, नवरे अंगावर घेतात. मुलं आई–वडिलांचं ऐकतात, कारण भूक नेमानं लागते. भूक लागते म्हणून आपण कायदे पाळतो. क्यूत उभे राहतो. मैत्री करतो. नाती टिकवतो. वेळेला कोणीतरी काहीतरी करतो. अगदीच एका घासाला मोताद व्हावं लागत नाही. भूक भागून काहींजवळ तरीही शिल्लक उरतं.

रक्तहीन काय किंवा रक्तमय काय क्रांती केलीत तरी भुकेपूर्वीची सत्तेच्छू विषमता तशीच कायम राहील. सत्तेची इच्छा आणि भूक ह्या स्वतंत्र आणि सारख्याच आदीम, मूळच्या गोष्टी आहेत. भुकेपलीकडे लांब कुठेतरी जीवन आहे. भुका भागवण्याच्या गणितांवर ते आधारलेलं नाही. सत्ता गाजवण्याच्या पिपासेपासून ते फार लांब आहे. कुठं आहे ते? मी रुधिराक्ष. ॲनार्किस्ट. माणसातला चांगुलपणा कधीतरी आपोआप बाहेर येईल अशी माझी श्रद्धा आहे.

४४

रुधिराक्षला सोडियम पेंटोथालचं इंजेक्शन देत सायकार्यॅट्रिस्ट म्हणाला,

''हातपाय गाळून कसं चालेल? तुझी मनःस्थिती द्विधा झालेली आहे : दोन विरोधी प्रेरणांमध्ये निवड करता न आल्यामुळे तू डळमळलेला आहेस. हेही हवं आणि तेही हवं म्हणून हेही नको आणि तेही नको म्हणून सर्वच हवं आणि काहीच नको! तुला निर्णय करायला नको, पण तुला निर्णय घ्यायलाच हवा. तुझा निर्धार होत नाही, पण निर्धारानं वागणं आवश्यक आहे.

''आता तू स्वतःच रिलॅक्स हो! तटस्थ बन. निव्वळ वस्तुनिष्ठ बुद्धीनं स्वतःचं स्वरूप पाहा. आत्मस्वरूपाचा छडा लाव!''

''पण डॉक्टर! हे सर्व माझेच आप्तेष्ट आहेत! मला यांच्याशीच युद्ध करण्याचा प्रसंग का यावा? आणि यांची हत्या करण्यापेक्षा मी स्वतःच मेलेलं काय वाईट?''

''रुधिराक्ष! तुला स्वतःचं कर्तव्य ठरवावं लागेल : आणि मग स्वतःच्या इच्छांपैकी कोणत्या इच्छांचं दमन आपण केलं पाहिजे हे तुझं तू ठरवायला हवं.

''एकदा तू कर्तव्याची निवड केलीस की कसलं दमन करावं हे तुझं तुलाच कळेल. मग तुझं चित्त असं द्विधा होणार नाही. माणूस...''

''माणूस म्हणजे काय भगवन्?''

''माणूस हा सर्वात उत्क्रांत पशू होय. तो बुद्धिमान आणि संघटनक्षम प्राणी असतो. म्हणूनच तो जास्त पाशवी बळ असलेल्या प्राण्यांवरही कुरघोडी करू शकला. तो निसर्गाच्या नियमांचा उपयोग करून स्वतः योजलेल्या प्रक्रिया सुरू करून त्यांच्यावर थेटपर्यंत नियंत्रण ठेवू शकतो. त्यानं जसा बाह्य भौतिक विश्वावर ताबा मिळवलेला आहे त्याचप्रमाणे बुद्धीद्वारा स्वतःच्या नेणिवेत खोल शिरून, तिथला अंधार नाहीसा करून...''

''पुरे, पुरे! भगवन्!

''न कांक्षे विजयं कृष्ण न च राज्यं सुखानि च
किं नो राज्येन गोविंद किं भोगैर्जीवितेन वा!!''

''तुला निर्णय घ्यावाच लागेल, रुधिराक्ष!

''तुला जगायचं आहे.''

''सगळ्यात खोलवरची इच्छा जगण्याची इच्छा असते आणि सगळ्यात प्रबळ शक्ती आत्मरक्षणाची बुद्धी असते हे तर तूही कबूल केलंस!''

''माझ्या इच्छेला वावच नाही इथं!''

''मला एक तर आत्महत्या करावी लागेल किंवा मला सगळ्या जगावरच शस्त्र उपसावं लागेल.''

''किंवा हे कळल्यानंतर माझा निरुपाय झाल्याच्या जाणिवेनं हा ॲटॅक पुन्हा पुन्हा सोसावा लागेल!''

''रुधिराक्ष!''

''तूही एक सामाजिक प्राणी आहेस!''

''तुझं रूप समाजानं निर्माण केलेलं आहे. तुझ्यातला एक भाग जो सामाजिक आहे तो समाजाच्या दृष्टीनं नॉर्मल आहे, चालण्यासारखा आहे.''

''पण तुझ्यातला एक भाग जो निसर्गानं उत्पन्न केला आणि ज्याच्यावर समाजाचं नियंत्रण नाही तो असामाजिक आहे!''

''ह्या तुझ्या असामाजिक 'स्व'चा बळी दिल्याशिवाय समाजाच्या दृष्टीनं तू पूर्ण नॉर्मल नाहीस. एक तर तू तुझ्या असामाजिक 'स्व'चा बळी दे किंवा तू त्याचं उदात्तीकरण करून सुबुद्धपणे आदर्श सामाजिक व्यवहारांशी समरस हो!''

''नको! भगवन्!''

''मी डायनॉसॉर्सच्या जगात परत जाऊ इच्छितो!''

''रुधिराक्ष! ते जग आता अस्तित्वातच नाही! तुला भास होतात! तू भासांच्या जगात वावरण्याची इच्छा धरतोस कारण वास्तवाची तुला भीती वाटते! तुला नेमकी कसली भीती वाटते आणि का वाटते, रुधिराक्ष ?''

''मला भीती वाटत नाही, योगीराज!''

''माझ्या बुद्धीलाही माझा निर्णय पटतो. माझं पटत नाही ते ह्या व्यवस्थेशी आणि हे वास्तव ही निव्वळ एक सामाजिक व्यवस्था आहे. ती बदलणं शक्य आहे.

माणसं ती बदलू शकतील कारण माणसांनीच माणसांसाठी ती बनवलेली आहे..."

"तर मग, रुधिराक्ष, तू ही व्यवस्था बदलण्याचा प्रयत्न का करत नाहीत? तू माणसांची मनं का वळवत नाहीस? तू बुद्धिमान आहेस. प्रभावी निवेदनाची कला तुला साधलेली आहे! मूल्यांच्या व्यवस्था संस्कृतिगणीक बदलतात. आजवर ह्या बदलांवर तुझी श्रद्धा होती ती योग्यच होती."

"पण भगवन्! आताच्या ह्या गुंतागुंतीच्या व्यवस्थेतून आपली सुटका नाही. अनेक पातळ्यांवर इथं हिंसा आहे, व्यक्ती विरुद्ध हिंस्र आक्रमण किंवा निष्ठुर दडपण आहे. मी माझ्या स्वातंत्र्याचा बळी देणार नाही. मी वेडा ठरेन. अराजकवादी ठरेन. असामाजिक ठरेन. माझी ही लढाई हिंस्र नाही. ही लढाईच नाही. मी ह्या सर्वांसारखाच आहे. ते माझ्यासारखेच आहेत. फरक एवढाच की स्वप्नातच त्यांचं मूळ व्यक्तिस्वातंत्र्य जिरून जातं आणि त्यांचं मन डळमळलं तरी तुमच्या ह्या कोचावर पडताच शास्त्राच्या प्रभावापुढे शरणागती पत्करून किंवा दिपून जाऊन ते निमूट होतात!"

"आज एवढं पुरे, रुधिराक्ष! पुढल्या सिटिंगमध्ये जास्त बोलू!"

डॉक्टर उठला. पाऊल न वाजवता बाहेर निघून गेला.

४५

कसं सगळंच्या सगळं अरण्यच बदलून गेलंय! वृक्षांच्या जागी सिमेंट आलं. पशुपक्ष्यांच्या जागी माणसं! पण तरी अजून हे त्रांगडं त्या कूट नियतीमधून सुटत नाही!

४६

टिकाव धरणं.

४७

स्वरूप सांभाळणं.

४८

कळप करणं.

४९

जमाव करणं.

५०

जमावाविरुद्ध जमाव.

५१

एकट्या व्यक्तीविरुद्ध जमाव.

५२

टिकाव धरणं : सत्ता.

५३

सत्ता : अधिक सत्ता :

५४

संपूर्ण सत्ता.

५५

बुद्धी आणि उपजत प्रेरणा यांच्या दरम्यान एक संधिप्रकाश उत्पन्न झाला. त्याला त्यांनी मन असं नाव दिलं. त्याला निश्चित सीमा नव्हत्या; नेमक्या मर्यादा नव्हत्या; विवक्षित क्षितिज नव्हतं.

मनाचा उपयोग काय? उपजत प्रेरणा मनाच्या माध्यमातून बुद्धी वापरायला जातात तर मनाच्याच माध्यमातून बुद्धी उपजत प्रेरणांवर नियंत्रण ठेवायला जाते.

प्रेरणा बुद्धीचा हातासारखा उपयोग करू बघतात. एखाद्या शस्त्रासारखा.

पण रुधिराक्ष बुद्धीचा हातासारखा, शस्त्रासारखा, साधनासारखा, उपकरणासारखा उपयोग करायला तयार नाही.

तो तर बुद्धी आवरती घेतो आहे.

कुठंतरी अजूनही सांडपाण्याच्या वासात त्याच्या प्रेयसीचा मूळचा सूक्ष्म

वास त्याला येतोय. आणि इथून तो तिच्या जवळ जाणार, तिच्यासारखा होणार, तिच्यात मिळूनमिसळून जाणार.

पण कसा?

कीएर्केगॉर म्हणतो : "प्रेम आंधळं असतं म्हणतात खरं पण खरंतर ते बहिरंसुद्धा असतं. त्याच्या कानठळ्या बसलेल्या असतात. ते मुकं, पांगळं असतं. त्याच्या स्पर्शानं मनुष्य लाजाळूच्या रोपासारखा मिटून जातो. कुलपं फोडण्याची वाट्टेल ती हत्यारं वापरा. प्रेमानं घट्ट मिटलेलं माणूस काही केल्या पुन्हा उघडायचं नाही."

तेव्हा रुधिराक्ष म्हणतो : "तर मग प्रेमानं उघडलेला पहिला माणूस मीच. एक वेळ प्राजक्ताची फुलं नाईट लॅचप्रमाणं कुलुपबंद, घट्ट, पोलादी होतील. पण मी आता मिटायचा नाही कधीच. माझी जीवनेच्छा आणि प्रेम यांच्यात वैर कधीच नव्हतं. पाहा, तुमच्या सर्वांच्या विष्ठेचंही माझ्या आत्म्याला खतच होतंय. मी हे रोप उगवू धजतो, माझ्याकडे पाहा!"

५६

प्रचंड घंटानाद.
मी, रुधिराक्ष, देवीची आरती करतो आहे.
हजारो समया पेटलेल्या.
मी, रुधिराक्ष, माझे लाल डोळे उघडतो आहे.
उदबत्त्यांचा तीव्र घमघमाट.
मी, रुधिराक्ष, माझ्या नाकपुड्या उघडतो आहे.
काड्कन फुटलेले नारळ.
मी. रुधिराक्ष, नतमस्तक.
घवघवीत, गच्च, पांढरे, ताजे हार.
मी, रुधिराक्ष, माझ्या गळ्याभोवतीची पकड घट्ट होतेय.
मी या देवीची पूजा करतो.
कारण ती मूर्त आहे.
माझ्या वासना मूर्त आहेत.
हे जग मूर्त आहे.
जे जे मूर्त आहे त्याला पाहून माझं मन स्पंदन पावतं.

प्रचंड घंटानाद.

मी, रुधिराक्ष, माझं अंग घणघणतंय.

५७

रुधिराक्ष तिच्याकडे बघतच राहिला. ती नखं कातरत होती. नख कातरता कातरता ती म्हणाली, ''आजच तुझी आठवण काढली होती.''

''सहज आलो!'' रुधिराक्ष म्हणाला, ''हे काय? तू नखं कापतेस? नखं कापून कसं चालेल? स्वतःचं संरक्षण कसं करणार तू?''

''जशी काही तुला ओरबाडतेच!''

''ओरबाडत नाहीस. पण माझे डोळे काढून टाकायला सांगतेस!'

''भलतंच काय रे? मी फक्त तुला काळा चष्मा लावत जा असं म्हणते. मला तुझे डोळे बघवत नाहीत.''

''तू म्हणाली होतीस की 'तुझे डोळे बदलले नाहीस तर आपल्याला आपले संबंध तोडावे लागतील.' आठवतंय?''

''तू माझ्याकडे ह्या दृष्टीनं का बघतोस?''

''मला एवढी एकच दृष्टी आहे.''

''रुधिराक्ष, मला तुझ्याबद्दल फार आदर आहे. पण असलं काही मला वाटत नाही तुझ्याबद्दल.''

''असलं काही म्हणजे?''

''सेक्स!''

''त्याच्याशी माझ्या डोळ्यांचा.''

''मला ते बघवत नाहीत. मला त्यांत कायम धगधगणारा सेक्स दिसतो!''

''समजा आपण यापुढे फक्त अंधारातच भेटलो, तर?''

''नको रुधिराक्ष! मी स्वतःचे डोळे मिटून घेतले तरी मला तुझे रक्तासारखे डोळे दिसत राहतात.''

''मग तर मी मेलो तरी ते तुला दिसत राहतील!''

''अं? हो! खरंच की रे! बापरे, रुधिराक्ष! म्हणजे आता हे डोळे मला दिसतच राहणार?''

''आता काय करणार?''

ती एकदम रडायला लागली, ''रुधिराक्ष, तू जन्मलासच का? मी कशाला जन्मले ?''

''मला ठाऊक नाही. देवाशप्पथ, मला ठाऊक नाही!''

''परत येऊ नकोस, रुधिराक्ष! तू इथून निघून जा!''

''बरं येतो!''

तो निघाला. बाहेर पडताच तो हसत सुटला. प्रेम आंधळं नसतं काही. प्रेमानं दुसऱ्यांना आंधळं करावंसं वाटतं. आपण मात्र आहोत तसं राहण्याची शिकस्त करतो. चक्क डोळस!

५८

दादरच्या चौपाटीवर वाळूत गुडघे टेकून मक्केच्या दिशेला सपशेल ओणवून रुधिराक्ष म्हणाला,

''दयाघन क्षमाशील अल्लाच्या नावानं :

म्हण : ''रात्रीच्या दुर्वर्तनापासून मी पहाटेच्या अधिपतीचा आश्रय घेतो. मत्सर करणाऱ्या लोभी माणसांपासून मी त्याच्याकडे आसरा मागतो.'

आणि,

दयाघन, क्षमाशील अल्लाच्या नावानं :

म्हण : 'मी माणसांच्या अधिपतीचा आसरा घेतो; माणसांच्या परमेश्वराचा आसरा घेतो; माणसांना लोभात गुंतवणाऱ्यांच्या दुर्वर्तनापासून मी त्यांच्याकडे आश्रय मागतो; पिशाचांपासून आणि माणसांपासून मी त्यांच्याकडे आसरा मागतो.''

५९

पापाला भिणाऱ्या, पुण्याला कमजोर समजणाऱ्या, कोणातरी बाह्य, सर्वोच्च सत्ताधीशाकडे आसरा शोधणाऱ्या मानवी धर्मांची हीच मर्यादा आहे. धर्म-अधर्म वेगळे करणारी परमेश्वरी सत्ता केवढी प्रचंड द्वंद्व निर्माण करते. माणसाचं विभाजन करून ईश्वर त्याच्यावर प्रभाव गाजवतो.

ज्या धर्माला सत्याविषयी मौन पाळता येत नाही, ज्या धर्माला द्वैतांपलीकडे जाऊन धर्मत्व प्राप्त होत नाही तो धर्म धर्म कसला?

शब्दोच्चारानं इथं सत्याचंच असत्य बनतं.

ती म्हणाली, "प्रेम तू व्यक्त करायला नको होतं. व्यक्त केल्यामुळे त्याला कलंक लागला."

रुधिराक्ष म्हणाला, "खरंय. दहा लाख वर्षांपूर्वी पृथ्वीवर व्यक्त करण्याइतकंसुद्धा प्रेम नव्हतं. तेव्हाच आपण भेटायला हवं होतं. किंवा दहा लाख वर्षांनंतर, जेव्हा इथं माणसांचा मागमूस उरलेला नसेल."

६०

अनेक मुलाखतींच्या सावल्यांमधून मी जातोय.

६१

द सिलेश्चियल ड्रेनपाइप कंपनीच्या डायरेक्टरांना माझ्या वागणुकीची काळजी वाटतेय. ह्या बहुराष्ट्रीय कंपनीच्या जागतिक व्यापातून फुरसत काढून ते रुधिराक्षच्या वैयक्तिक जीवनाची चौकशी करतायत. ह्या होतकरू तरुणाला अलीकडे काय झालंय? त्याच्या हुशारीवर खूश होऊन आपण त्याला भराभरा बढत्या दिल्या. पुढे-मागे प्रशिक्षणासाठी अमेरिकेला पाठवण्याचं आमिष त्याला प्रामाणिकपणे दाखवलं. आणि आज तो अचानक असा ढेपाळून गेलाय तो कशापायी?

६२

अशी अफवा आहे की मी प्रचंड कर्जात अडकलोय. पैशाची लफडी होतात त्यांना काहीतरी कारणं असतातच. मी जुगार खेळत नसलो तर मला कसलं तरी दुर्धर व्यसन असलं पाहिजे. तसं नसलं तर मला कोणीतरी ब्लॅकमेल करत असलं पाहिजे किंवा कोणीतरी माझ्या भोळेपणाचा फायदा घेऊन मला कशाततरी गुंतवलं असेल. अशीही अफवा आहे की मी कोणा स्त्रीच्या प्रेमात सापडलोय आणि तिच्यावर वारेमाप खर्च करूनही अखेर तिचा प्रतिसाद न मिळाल्यानं मी रोज रात्री अफू, चंडोल, कोकेन, चरस, धत्तुरा अशा जालीम नशिल्या पदार्थांचं सेवन करून हिरवागार ऑइलपेंट लावलेल्या, पानानं रंगलेल्या तोंडाच्या बायांच्या मांड्यांवर आणि त्यांच्या गोऱ्यापान मांड्यांवर लोळत पडलेला असतो. मध्य मुंबईत जिथं सबंध शहराचं सामुदायिक जननेंद्रिय आहे

तिथं रुधिराक्ष अंडरग्राउंड गेलेला आहे. कव्वाल्यांच्या कडकडाटात आणि रंगीबेरंगी दिव्यांच्या झगमगाटात तो नाहीसा झालाय. कधी कधी बचुभाईच्या वाडीत तो दारू पिऊन ठुमरी ऐकताना आढळतो. कधी कधी गोलपिठ्याच्या नाक्यावरच्या हॉटेलात तो खिमा-पाव खाताना दिसतो. कधी कधी दो-टंकीपाशी फुटपाथलगत तो शीग-कबाब खात असतो. फॉकलंड रोडला, फोरास रोडला, सुखलाजी स्ट्रीटवर, मदनपुऱ्यात, काँग्रेस हाऊसजवळ, ग्रँटरोडला ठिकठिकाणी तो दिसतो.

६३

अफवा. अफवा. अफवा. द सिलेश्चियल ड्रेनपाइप कंपनीचा असा लौकिक आहे की एकदा तिनं माणूस आपला मानला की थेटपर्यंत त्याच्या सर्व समस्या कंपनीनं सोडवायच्या. कारण आपण ज्याला आपला मानतो तो आपल्या भांडवलाचाच घटक बनलेला असतो. कंपनी रुधिराक्षची हितचिंतक तर आहेच पण ती त्याची पालकही आहे. सहजासहजी ती त्याचा सर्वनाश होऊ देणार नाही. जे धोरण अमेरिकेत ठरलेलं आहे ते भारतात पाळलं जाणारच. ते जगभर पाळलं जाणार. आऊटर मंगोलिया असो किंवा टिएरा डेल फुएगो, असो जगात अशी कोणतीही जागा नाही जिथं आमच्या नीतीचे बिनतारी संदेश विद्युतवेगानं पोचत नाहीत.

६४

हे सर्व माझे हितचिंतकच आहेत. हितचिंतक ते, जे भुवया उचलतात. हितचिंतक तेही, जे खांदे उडवतात. तेसुद्धा हितचिंतकच ज्यांनी माझा मृत्युलेख आपल्या खिशात सदैव तयार ठेवलेला असतो.

ज्या वेळी मी अडचणीत होतो तेव्हा मला लोकांनी मदत केली. पण तीही बुद्धीला अनुसरून. माझ्या अडचणींचं आकलन झालंच पाहिजे अशी अट घालून. शक्य तर माझे अंतर्व्यवहार मी उघडे करावेत ह्या आशेनं, अपेक्षेनं, आग्रहानं, जुलुमानं.

६५

द गोल्ड ऑव्ह माय बीइंग देअर.

आज-उद्याच्या पेपरातला मथळा : मिस्टर ब्लडशॉट आईज स्केलूस एव्हरेस्ट ऑव्ह शिट : फर्स्ट मॅन टु अचिव्ह द फीट.

अर्थात श्रीयुत रुधिराक्ष विष्ठेच्या एव्हरेस्टवर चढण्यात यशस्वी : हा विक्रम करणारा पहिलाच मानव.

द सॉल्ट ऑव्ह माय बीइंग हियर.

६६

हजारो वर्षांच्या किल्मिष–परंपरा, हजारो वर्षांचे किंतू आणि पूर्वग्रह विसरून तुम्ही या लाल डोळ्यांच्या प्राण्याकडे आपुलकीनं पाहू शकाल काय ?

Bloodshot Eyes, Esquire

६७

पाकिटावर रुधिराक्षचं इंग्रजी नाव रोमन लिपीत. मि. ब्लडशॉट आईज, दि आव्हाँ गार्द लिटररी प्लमर. लोक मला प्रेमानं 'ब्लडी' म्हणतात. 'ब्लडी' नुसतंच ओकंबोकं वाटतं म्हणून त्याला 'बास्टर्ड'ची झालर लावतात.

रुधिराक्ष आपल्या ऑफिसात बसलेला होता. फार काय, आज त्यानं टायसुद्धा लावलेला होता. लवकरच सांस्कृतिक जीवनात रुधिराक्षचं स्थान जगाला कळून येईल. हाच तो माणूस ज्यानं आमचं देशी गटार उपसून त्यातून जीवनाचं वैश्विक अमल, विशुद्ध सत्त्व वेगळं काढून दाखवलं. मानवी मनाचं अवर्णनीय अविश्लेष्य सत्य त्याला गवसलेलं आहे. त्यानं टाय लावण्याला कोणता प्रत्यवाय? रुधिराक्षनं हा हक्क कष्टानं कमावलेला आहे.

वस्तुस्थिती वेगळीच आहे. रुधिराक्षला समाजात प्रतिष्ठा नको होती. त्याला फक्त खड्डा खणायचा होता आणि ड्रेनपाइपनं स्वर्गाला जाता येतं हे सिद्ध करायचं होतं. स्वर्गातून पृथ्वीवर उतरून पाताळातून महासागरापर्यंत जाण्याचा महामार्ग एकसंध आहे आणि तो भव्य गटारी नळ दुरुस्त ठेवणं हेच रुधिराक्षचं दि सिलेश्चियल ड्रेनपाइप कंपनीतलं दैनंदिन काम आहे. आपल्या रोजगारातच नीतीशास्त्र आणि सौंदर्यशास्त्राच्या विरोधी तत्त्वांचा समन्वय साधणारा रुधिराक्ष हा पहिलाच द्रष्टा आणि तरी तो किती तरुण.

६८

द सिलेश्चियल ड्रेनपाइप कंपनी लिमिटेड. इन्कॉर्पोरेटेड इन दि यू. एस. ऑफ

ए. न्यूयॉर्क सिटी. रुधिराक्ष आज निदान या संस्थेत मान्यता पावला आहे. ही संस्था भविष्यकाळातल्या एका विकसित भारताचं स्वप्न पाहत आहे. जेव्हा भारतातले लोक फाडफाड इंग्रजी बोलू लागतील. टेलिव्हिजनच्या डझनभर वाहिन्यांवर रंगीबेरंगी जाहिराती बघतील. जेव्हा खानदेशातले देशी कादंबरीकारसुद्धा इंग्रजीत पुस्तकं लिहून नोबेल पुरस्कार मिळण्याची वाट पाहत बसतील. भारतीय संस्कृती जेव्हा आंतरराष्ट्रीय बाजारपेठेत विक्रीला येण्याइतकी सोपी, सुलभ, सुधारलेली आणि यूजर-फ्रेंडली झालेली असेल तो दिवस आता फार लांब नाही आणि तेव्हा हाच लाल डोळ्यांचा रुधिराक्ष – जो आमच्या कंपनीचा ब्ल्यू-आईड बॉय आहे – कोणी सांगावं इथला मॅनेजिंग डायरेक्टरसुद्धा झालेला असेल. आजसुद्धा रुधिराक्षचे सर्व सहकारी त्याला मत्सररूपानं मान देतातच. अनेकांना तो पाण्यात दिसतो. सांडपाण्यात. सर्वजणच त्याला सांडपाण्यात पाहतात कारण तो सांडपाण्याचा तज्ज्ञ आहे. एवढ्या कोवळ्या वयात.

मग केबिनचं दार उघडून एक अमेरिकन पत्रकार आत आला, ''ओ, मे आय? हॅलो, मिस्टर आईज. इट्स अ प्लेझर टु मीट यू सर. आयॅम निकोलस नेब्युला! निक ऑर नेबी फॉर शॉर्ट. इट्स ग्रेट टु बी एबल टु मीट यू ॲट लास्ट मिस्टर आईज!'' ''माय प्लेझर! प्लीज! कॉल मी ब्लडी. दॅट्स व्हॉट दे ऑल नो मी ॲज. व्हॉट विल यू हॅव नेबी? अ रियल इंडियन कूल ड्रिंक? से अ कोक? ओके?''

नेब्युला आता रुधिराक्षची मुलाखत घेतोय. आज भारतात काय चाललंय ते कळून घेण्याची त्याला उत्कंठा आहे आणि येत्या तासाभरात हा प्राचीन, महान, उपखंडवजा देश आणि त्यातल्या नाना भाषा, धर्म, परंपरा वगैरे सारांशरूपानं त्याला कळून घ्यायच्यात. नंतर त्याला खादी ग्रामोद्योग भांडार, हँडलूम हाऊस वगैरे दुकानांमध्ये जाऊन आपल्या कुटुंबीयांसाठी कपडे, भेटवस्तू खरेदी करायच्यात.

मुंबईमुळे नेब्युलाला सुखद आश्चर्याचे धक्के बसतायत. इथले लोक अलीकडे ॲसिड किंवा एलेस्डीसुद्धा घेतात म्हणजे ग्रेटच! ताजमहाल हॉटेलच्या मागे चरस-गांजाच्या सिगरेटी मिळतात! हाही देश पुढे चाललाय झपाट्यानं.

''तुम्ही काय घेता मिस्टर आईज? सॉरी! ब्लडी?''

''मी अलीकडे सिगरेटसुद्धा सोडलेली आहे,'' रुधिराक्ष म्हणाला.

''हिंदू आदर्श? निर्व्यसनी, विरक्त का काय?''

“प्रकृती! मला हल्ली वाढलेल्या रक्तदाबाचा त्रास होतो. ॲथिरोस्क्लेरॉसिस! इस्किमिक हार्ट डीसीझ. अँजायना पेक्टोरिस” भराभरा लॅटिन नावं घेत रुधिराक्ष म्हणाला.

“अरेरे! हे ऐकून मला फार वाईट वाटलं. ह्या वयात? पण अर्थात तुमच्यावर ताण बराच पडत असेल!” टेबलावरल्या कागदाच्या ढिगांकडे साभिप्राय बघत नेब्युला म्हणाला.

“काम? छे: हो! हा तर कॅम्युफ्लाज आहे सगळा! इथं कामं फारशी नसतात. आम्ही फक्त तशी बतावणी करण्यात पटाईत आहोत. माझं म्हणाल तर मी चॅरिटीवर जगतो. तेवढा एकच माझ्यावर ताण आहे. सदसद्विवेकबुद्धीचा रक्तदाबाशी फार जवळचा संबंध आहे.”

“बरं ! ब्लडी, तुम्ही स्वतःचं वर्णन कसं कराल?”

“मी एक कावळ्याची छत्री आहे!”

“अणुयुगातली की काय? यू नो, मश्रूम? फॉल आऊट? बॉम्-क्लाऊड? समथिंग लाइक दॅट, ए?”

“छेः छे:! साधी वनस्पतिशास्त्रात असते ती कावळ्याची छत्री! तुम्ही टोडस्टूल म्हणता ना, ते!”

“की तुम्ही कॅमूचा स्ट्रेंजर आहात? यू नो, एलियनेटेड माणूस! आत्मच्युत मनुष्य?” पेन सरसावत नेब्युला म्हणाला.

“छे: छे:! मी अजिबात एलियनेटेड माणूस नाही! माझं सगळं व्यवस्थित चाललंय. बघा ना, इथं मी टाय लावतो आणि समागम करताना एफेल लावायला चुकत नाही. म्हणजे माझं ह्या जगाशी नातं आहे, बिनसलेलं नाही, ह्याचा हा पुरावाच आहे.”

“बरं. तुमचं मुख्य आशयसूत्र काय आहे? कोणत्या विषयात तुम्हाला रस वाटतो?”

“सांडपाणी !”

“दॅटस व्हेरी इंटरेस्टिंग,” टिपणवहीत नोंद करत नेब्युला पुटपुटला, “का बरं? ह्या विषयाची तुम्हाला इतकी गोडी का वाटते?”

“उपजत आवड !”

“अस्सं!”

तासाभरात नेब्युलाला गुंडाळला. भयानक तेजोमेघ! पत्रकार! प्रकाशक. पब्लिशर. पब्लिसिटी. महाप्रसिद्धी!

६९

मग रुधिराक्षला संशय आला की आपण खरोखरच निरुपयोगी, द्रोही आहोत. आपल्या महारोगी समाजाचंही भांडवल करायला आपण कमी केलं नाही. सांडपाणी पवित्र असतं आणि जे पवित्र आहे त्याचा उल्लेख करणंसुद्धा निषिद्ध असतं. तर उलट आपण त्याची लिरिकल वर्णनं केली.

म्हणजे एक प्रकारे आपण भाडखाऊच.

हे पाप कुठं फेडणार?

पुन्हा रात्रीचं रूटीन. दिवसपाळी संपली की रात्रपाळी सुरू. रात्रंदिवस आम्हा युद्धाचा प्रसंग. रात्रपाळी म्हणजे बायकोची पाळी. बायकोची पाळी म्हणजे बायकोचा ऋतुस्राव नव्हे तर बायकोची टर्न. कन्व्हेअर बेल्टवर बायको येण्याची वेळ. म्हणजे साताजन्मांचा स्क्रू फिट करायचीच वेळ.

७०

रुधिराक्ष आपल्या बायकोशी अत्यंत कोमल वागतो. कधी कधी अत्यंत क्रूर. वाटेल त्या वेळी त्याला समागम करावासा वाटतो आणि वाटेल त्या ठिकाणी. नित्य नव्या प्रकारे रतिक्रीडा म्हणजे पिसाट होऊन एकमेकांना सुखवत-दुखवत अखेर गाढ झोपून जायचं अशी त्याची रीत. रुधिराक्षला सॅटिरिॲसिस झालाय. लिंगपिसाट झालाय तो. त्याला वाटतं ब्रह्मसुख एवढं एकच.

सगळं सुरळीत होतं. ठाय लयीत. मात्र मधूनच रुधिराक्षच्या बायकोला त्याचे डोळे दिसतात : लालबुंद. डाळिंब; मस्कती डाळिंब. त्याच्या बुबुळांत आहे विस्तव. माणकाच्या रंगाचा विस्तव. खोल जखमेचा लालभडकपणा बाहुल्या झालेला. त्या रौद्र रंगाचं तिला भय वाटतं. एकीकडे कडेलोट सुख तर दुसरीकडे त्या डोळ्यांच्या रक्तरंगाचं तळ नसलेलं भय. अधांतरी कोसळणं स्वप्नातल्यासारखं.

७१

आणि कुजबुजल्यासारखा गरम गरम श्वासांच्या आणि उघडमिटत्या

ओठांच्या ओल्यासुक्या खर्जातल्या गळ्यातल्या आवंढ्यासारख्या भाषेत तो तिच्या कानांशी आणि गालांशी पुटपुटत असतो, एखाद्या शाक्त तांत्रिकासारखा की आता तू कोणतीही स्त्री अस आणि मला कोणताही पुरुष मान. कारण आता मी सर्वजण आहे आणि असाच मी चढणार आणि हिल्लोळणार आणि आंदोळणार आणि भरती-ओहोटीसारखा अविरत येणार-जाणार, लाटा होऊन उसळणार आणि कोसळणार, तुंबणार आणि फुटणार, ताठणार किंवा अंग टाकणार, फेसाळणार आणि चिंब होणार, अवसापुनवा एकेका अवसानात भरत आणि ओतत. आता मला माझा चेहरा नकोय आणि तुझाही. ही शरीरंसुद्धा हवी-नकोशी नको-हवीशी झालीत आता. ह्या धुमश्चक्रीत तू कोण न् मी कोण. कशाला रोखून बघतेस तू? काय रोखून बघतेस तू? माझे डोळे? सर्वांना दिसतं तेच माझ्या डोळ्यांनी मला दिसतं. फक्त सर्वांना माझे डोळे अनोळखी दिसतात आणि तुलाही तसेच दिसतात त्याला मी तरी काय करू गऽ? मी तरी काय करू? हे संपता न संपणारं शरीर आता नाहीसं व्हावंसं वाटतंय माझ्या डोळ्यांसकट. विसर आता हे डोळे कारण आपण कोण आहोत याच्याशी आता आपल्याला कर्तव्य नाही ह्या प्रमत्त घर्षणात आणि ह्या ओल्या वणव्यात. चेहरे बघून बघून आपण ह्या मूळ आगीशी समरस व्हायची ताकद गमावलीय. अजून आपल्याला चेहरे आहेत हेच आपलं दुर्दैव आहे. अगऽ आपली वल्कलं तर केव्हाच फिटली. आता सर्वांग फिटायची वेळ आली. बघ बघ चीज संपून तराणा सुरू झालाय. ऐक ऐक ही पखवाजाची गतिपर्णं आणि ह्या बीनवरच्या अमोघ उतरत्या मींडा. ह्या बिनमापाच्या लहरींच्या उतरत्या पायऱ्या घाटासारख्या गंगेत नाहीशा झालेल्या आणि हे ब्रह्मांडाचं धुकं वाढत वाढत, फुगत फुगत कल्पान्त शोधणारं. कुठं आहेत आणि कोणाचे आहेत आता डोळे ह्या असण्या-नसण्याच्या अनिश्चितपणात?

पण ते तिला सहन होत नाही. ते आपल्याशीच बडबडणं आणि आपल्यापलीकडे बोलत राहणं. ''थांब, रुधिराक्ष, थांब थांबू नको, रुधिराक्ष, थांबू नको. अग आई गऽ हे काय होतंय मला? मी कुठाय? कुठं आहोत आपण? तू कोण आहेस, दुष्टा, तू कोण आहेस? सांग मला. तू काय पाहतोयस त्या विस्तवाच्या डोळ्यांनी? थांब, थांब, नको थांबू. आता थांबूच नकोस...''

तरी पण शरीर तृप्त झाल्यावर ती सुखानं थकून गाढ गुंगीत जाते आणि झोपून जाते. जागा राहतो फक्त स्तब्ध झालेला, स्तंभित आणि कुंठित रुधिराक्ष.

अचानक त्याच्या भोवतालचं स्वर्गीय वादळ नाहीसं झालंय आणि जगाला निश्चलपणा आलाय.

७२

मग रुधिराक्ष बाहेर पडतो. आपल्या दुसऱ्या प्रेयसीकडे जायला निघतो. ड्रेनपाइपवर चढून त्याला फक्त एकदाच तिचा मैथुनमग्न चेहरा पाहायचाय. पण जरी तिच्या बिछान्याच्या कुंडीत रोज नवं रबरी साधन फुलासारखं उमलून निर्माल्यासारखं गळून पडत असलं तरी त्याच्या प्रेयसीच्या चेहऱ्यावर ऑरगॅझमचा तो खजुराहो भाव कधीच प्रकटलेला नाही आणि रुधिराक्षचा जीव त्या एका इच्छेत अडकलाय. तोही असा की त्याचा स्वतःचा काममोक्षही त्याला दुरापास्त झालाय... माझं नाव रुधिराक्ष.

माझे डोळे सतत लाल दिसतात पण मी दयाळू माणूस आहे. मी दयाळू कशावरून आहे असं मला विचारण्यात येईल किंवा मी कोणाकोणावर दया केली तिचे तपशील मागण्यात येतील. पण हे तपशील मोघम आहेत. त्यावरून काहीच निर्णायकरीत्या सिद्ध व्हायचं नाही. मी दया केलेली नाही. पण मी दयाळू माणूस आहे. इतर माणसांचं नीट चाललेलं मला पाहवत नाही. तरी पण मी कोणाचंच वाईट चिंतत नाही. त्यांचं नीट चाललेलं मला पाहवत नाही; कारण त्यांचं त्यांना काहीच बरं-वाईट कळत नसतं. अजाणतेपणी पाप करता येत नाही आणि जाणतेपणी पुण्यही करता येत नाही, हे त्यांना समजलेलं नाही. म्हणून त्यांना क्षमा कर आणि हे न्याय करणाऱ्या मलाही माफ कर.

तसा मी लाखात खपून गेलेला मनुष्य आहे. काळा, बुटका आणि वाळका. पण माझे डोळे रक्तासारखे लाल आहेत. हे आनुवांशिक नाही. माझ्या बघण्यात किंवा ऐकण्यात असा लाल डोळ्यांचा दुसरा माणूस कोणीच नाही. मारामारीत कोणीही मला सहज लोळवील. पण माझ्या डोळ्यांच्या रंगामुळे लोक मला घाबरतात. खुनाच्या रंगाचे ते डोळे आहेत. निग्रो निदान कोटींनी आहेत. त्यांचा अखेर जमाव होऊ शकतो. पण रुधिराक्ष मी एकच आहे. मला पाहून इतर माणसं बाजूला जाऊन एकत्र होतात. मी श्वापद असतो तर खास निराळ्या पिंजऱ्यात ठेवून त्यांनी माझा सन्मान केला असता. पण मी इतरांसारखाच आहे इतर बाबतींत. त्यांचीच भाषा बोलतो. त्यांचंच जेवण जेवतो. जोवर डोळ्यांवर काळा चष्मा

आहे, तोवर कोणाचं लक्षही जात नाही. क्वचित मला आंधळा समजून माझं बोटही धरायला लोक पुढे होतात. पण माझे डोळे बघताच दचकून ते बाजूला होतात. कसल्यातरी संशयानं ते माझ्याकडे विचित्रपणे पाहू लागतात.

माझ्या जन्मापासूनच माझ्या आई-वडिलांच्या हे ध्यानात आलं. तेव्हापासून त्यांनी अनेक डॉक्टर, हकीम, वैद्य करून पाहिले. मोठमोठ्या वैज्ञानिकांना दाखवलं. मंत्रतंत्र, जादूटोणा, नवससायास सर्व करून पाहिलं. योगी, सिद्ध, अवतारी पुरुष, ज्योतिषी यांना दाखवून झालं. पण डोळ्यांचा रंग बदलता येत नाही. डोळेही बदलता येत नाहीत; कारण ह्या डोळ्यांनी दिसतं तरी.

७३

ह्याबद्दल वेळोवेळी वेगवेगळ्या चित्रविचित्र अफवाही होत्या. कोणी म्हणतात मी माझ्या बापाच्या रेतातून जन्मलोच नाही. तर कोणी म्हणतात की मी माझ्या आईच्याही पोटचा नव्हे. कुठंतरी चूक आहे. त्यांना वाटतं की मी माणसाच्या रेतातून जन्मणं शक्यच नाही. जगातल्या कुठल्याही मानवी वंशाचे डोळे लाल नाहीत. मी एक फ्रीक आहे, उपटसुंभ आहे, अपघाती म्युटेशन आहे. कुठलीतरी चुकार जीन माझ्या डोळ्यांतल्या रंगाला जबाबदार आहे किंवा कोणी सांगावं, परग्रहावरच्या परपुरुषाच्या रेतातून माझा जन्म झाला असेल. महाकाव्यांत आणि पुराणांत जसे ऋषिमुनींच्या रेतस्खलनातून राजस्त्रियांना किंवा आदिवासिणींना किंवा क्वचित अन्य पशूंच्याही माद्यांना पुत्र होत तसा मी कोणातरी परविश्वातल्या पुरुषापासून माझ्या आईला झालो.

७४

तर हे माझे लाल डोळे थेट बाहेरून आलेले आणि संदिग्ध दहशत निर्माण करणारे. बायका-मुलींना माझे डोळे क्रूर, बलात्कारी किंवा पापी वाटतात. पण निदान ते थंड, षंढ, किंवा लंपट वाटत नाहीत. पुरुषांना त्यांची चीड येते, संशय वाटतो किंवा भय वाटतं. पण निदान त्यांची किळस येत नाही, तिटकारा वाटत नाही, कंटाळा तर नक्कीच येत नाही. सर्वच माझ्या डोळ्यांकडे पुन्हा पुन्हा पाहत राहतात, रोखून बघतात आणि ज्यांना हे डोळे सहन होत नाहीत त्यांनाही त्यांचं आकर्षण वाटतं. मोहनिद्रेसारखा प्रभाव पडतो त्यांच्यावर.

७५

पण लाल डोळ्यांनी माणसाला कोणत्याही भावना व्यक्त करता येत नाहीत हे मला कळून चुकलंय. उलट माझ्या डोळ्यांच्या रंगामुळे माझ्या भावनांवर एक लालभडक पडदा कायम पडलेला आहे. जणू काय ह्या लाल रंगाला स्वतःचा असा वेगळाच अर्थ आहे आणि त्यामुळे ह्या डोळ्यांना माझ्यापेक्षा निराळा स्वतंत्र अर्थ आहे. ह्या डोळ्यांच्या रंगामुळे वस्तुतः माझ्या चेहऱ्याला स्वतःचा अर्थ यायला हवा होता. त्याऐवजी उलट माझ्या व्यक्तित्वाचा अर्थच ह्या डोळ्यांनी काढून घेतलेला आहे.

७६

लहानपणी मी रडलो की मला बघायला, माझे अश्रू पाहायला गर्दी जमायची. माझ्या माणकासारखी लाल बुबुळं असलेल्या डोळ्यांतून अगदी साधे, सर्वसामान्य अश्रू येतात हा सर्वांना चमत्कार वाटायचा. पण माझं रडणं कोणालाच खरं वाटायचं नाही आणि परिणामी फार लवकर मी रडेनासाच झालो. डोळ्यांतून पाणी यायचं. नाही असं नाही. पण त्याबरोबरचे सर्व आविर्भाव नाहीसे झाले. ते मला येईनासे झाले. माझ्या लहानपणीच्या स्वाभाविक रडण्यालाही अपेक्षित प्रतिसाद मिळालाच नाही. कारण माझ्या डोळ्यांचा रंग इतर माणसांच्या डोळ्यांसारखा नव्हता. माझे अश्रू कसेही असोत, कितीही दुःखातून, वेदनेतून, क्रोधातून, वैफल्यातून, हताशपणातून आलेले असोत. केवळ ते चुकीच्या रंगाच्या डोळ्यांतून आलेले होते म्हणून खरे नव्हते. मानवतेशी त्यांचा संबंध नव्हता. माणसांना त्यांचं सुखदुःख नव्हतं. माझे डोळे निर्वासित आणि परके होते, म्हणून माझे अश्रू हद्दपार आणि निराश्रित होते.

७७

शाळेत मला दोन टोपणनावं पडली होती. दोन्ही माझ्या डोळ्यांच्या रंगामुळे. त्यातलं एक होतं 'मंगळ'. 'मंगळ ग्रहाचा रंग लाल दिसतो' ह्या वाक्यावर अचानक मुलांचा हशा होऊन माझ्याकडे वळून सर्वांनी पाहिल्यामुळे ते पडलं. दुसरं 'रुद्राक्ष.' आमच्या एका खडूस मास्तरांनी ते पाडलं. माझे डोळे 'रुद्राक्षासारखे दिसतात' असा त्यांनी शेरा मारला होता.

ह्या डोळ्यांपायी शाळेत मी अनेकदा फुकट मार खाल्लेला आहे.

बगळ्यासारख्या मानेच्या आणि संस्कृत शिकवणाऱ्या एका कुळकर्णी नावाच्या मारकुट्या मास्तरांनी निव्वळ माझ्या लाल डोळ्यांपायी मला कायम उद्धट ठरवून तळहाताची सालडी निघेस्तोवर त्यावर फोक मारलाय. हेच मास्तर पुढे लोकल गाडीतून पडून एल्फिन्स्टन रोड आणि दादरच्या दरम्यान ठार झाले. मुद्दा हा की माझा वेगळेपणा हा गुन्हा होता. खऱ्याखुऱ्या गुन्हेगारांचं वेगळेपण फक्त गुन्हा करताना उठून दिसतं. मी गुन्हा केला नसला तरी कायम उठून दिसणं हाच माझा गुन्हा होता. मला वेगळं पाडावं लागत नव्हतं. मी वेगळाच होतो. वेगळा असल्यामुळे एकटा आणि एकटा असल्यामुळे सर्वांचं लक्ष.

७८

ज्याला दुसऱ्याचं वेगळेपण आणि स्वातंत्र्य कळू शकतं, त्याला मान देता येतो, त्यालाच न्याय म्हणजे काय हे कळलेलं आहे.

७९

रुधिराक्ष रात्री दारू प्यायला होता. माहीमला कॅडेल रोडवर दर्ग्याच्या आणि नॅशनल हॉस्पिटलच्या दरम्यानच्या एका फाटक्या उपाहारगृहाच्या मागीलदारी. पावशेर कंट्री उपाशीपोटी. त्याला आचके आणि उमाळे येत होते. केव्हाही भडभडून येईल असं वाटत होतं. पण पोटात दारू आणि ग्लासभर सोड्याशिवाय ओकायलासुद्धा काहीच नव्हतं. तसाच तो तीन मैल चालत घरी आला. संगीत ऐकत.

संगीत रुधिराक्षच्या मेंदूत कोरून ठेवलं जातं. ते त्याला कुठंही, केव्हाही ऐकता येतं. बाह्य कान बंद करून तो आत भरलेलं स्टीरिओफोनिक स्वरविश्व अनुभवू शकतो. दारू त्याच्या रक्तप्रवाहात वाहत होती. त्याचा मेंदू गढूळ करत होती. पण त्यातूनही त्याला ते स्वर्गीय संगीत ऐकू येतच राहिलं. जोहान सेबॅस्टियन बाखचा ब्रांडेनबुर्ग काँचेर्तो नंबर चार. गावठी दारूच्या ढेकरांनीसुद्धा ते संगीत धूसर झालं नाही.

८०

असाच एकदा त्यानं अफाट तेजस्वी संपूर्ण मालकंस ऐकला होता.

ड्रेनपाइपवर चढताना. उग्रधूसर खर्जात ख्यालाची ठाय लयीत सुरुवात. आरोह आणि अवरोह लाटांसारखे, तरंगांसारखे अखंड. बघता बघता मध्यमाचा गांधार, ऋषभ, षड्ज, निषाद, धैवत, पंचम. मग ऽऽ साऽ नि नि धऽ पऽ असं ऐकायला यायचं पण तरी मग ऽऽ नंतर बारीकपणे ऋषभाच्या छटांमधूनच एकदम षड्जाचा स्पष्ट आणि गडद घनाकार लागायचा आणि त्यातूनही घसरण चालायची ती निषादाच्या तीन का चार वेगवेगळ्या वर्णांमधून निवळत निवळत मंद्र धैवतातून तळाशी पंचमावर. जणू काय महासागराच्या आत, पृष्ठभाग आणि तळाच्या दरम्यानच्या सघन अवकाशात लाटांसारखे दाबाचे पट्टे अखंड आंदोळावेत तसा ध्वनी स्वरांची स्पष्ट आणि अस्पष्ट रूपं दाखवत, एकेका वर्णछटेतून जास्तच गहिऱ्या वर्णातून निराळ्या रंगातून थेट पारदर्शक स्तब्धतेच्या अनाहत गाभ्यालाच हात घालत होता आणि प्रियकर कृष्णाला आपलं प्रेम कसं समजत नाही अशी राधेची लाडीक लटकी तक्रार सखीजवळ करत होता. बंदिशीला चिजेचा बहाणा हवा होता की चिजेला बंदिशीची लवचीक चौकट कोण जाणे : प्रवाही, तरंगित, उत्स्फूर्त, अस्खलित, अखंड स्वरलयीला रूपातून अरूपात आणि अरूपातून रूपात जाणं-येणं ही नुसती शिवशक्तीसारखी समागमी संभोगक्रीडा असते हे रुधिराक्षला आतून कळून आलं ते तो मस्तकातला मालकंस ऐकताना. आणि मुळात कोण गायलं होतं तो मालकंस? कुठं? कोणत्या शतकात किंवा युगात? कुठून कोरला गेला होता तो रुधिराक्षच्या मेंदूवर? प्रत्यक्ष शंकराचे तेजस्वी लाल डोळे त्या मालकंसात उघडलेले रुधिराक्षला दिसले होते. एका निर्वाणीच्या आत्मभानानं तो थरथरून गेला होता. नक्षत्रव्यवस्था. कर्णव्यूह.

८१

त्याचे पाय थरथरत होते. त्याचा चेहरा खरचटलेल्या गुडघ्यासारखा मुका आणि रक्तबंबाळ झालेला होता. वर उंचावर त्याची प्रेयसी तिच्या शय्यागारात होती. तिचा नवरा तिच्यावर आरोह घेत होता. शेतात पंप चालवल्याप्रमाणे. आणि इकडे तीन ताल : धा धिन् धिन् धा । धा धिन् धिन् धा । ता तिन् तिन् ता । ता तिन् धिन् धा ।। अंधारात. सजीव. पंचेंद्रियांच्या पालखीत चाललेली ठेक्याची रात्रयात्रा. लयीचा प्रवाह शब्दातीत होऊन चाललेला. केव्हा पाहीन मी तिचा मैथुनमग्न चेहरा? हे हिमयुग केव्हा वितळेल? मी श्वासांचा गुराखी. मी

उच्छ्वासांचा धनगर. मी रुधिराक्ष. हरवलेल्या पार्थिव सुखाच्या शोधात हिंडणारा निर्वंश व्हायला आलेला पशू.

८२

रुधिराक्षनं आपल्या बायकोच्या खांद्याचं लवून चुंबन घेतलं. ती कपबशा विसळत होती. ती इतकी दचकली की तिच्या हातातला कप निसटला, पडला, आणि त्याचा कान फुटला.

''हे काय?'' ती म्हणाली, ''कपाचा कान फुटला.''

''छान झालं,'' रुधिराक्ष म्हणाला, ''जगातल्या कुठच्याही कपाच्यासुद्धा कानावर पडू नये इतकं खाजगी काहीतरी सांगायचंय मला.''

''काय?'' नळ बंद करत तिनं विचारलं.

''माझ्या डोळ्यांची तुला अजून भीती वाटते का?''

''नाही. नेहमी नाही वाटत. हळूहळू सवय झालेय. पण मधूनच कधीतरी अचानक वाटते भीती अजूनही.''

''माझ्या डोळ्यांची तुला सवय झालेय? मला तुझी अजूनही सवय झालेली नाही. रोज तू नवीन, अनोळखीच वाटतेस. माझ्या प्रेमाची पण तुला सवय झालेय का?''

''हल्ली तू प्रेम करतोसच कुठं?''

''मग काय करतो?''

''तू तिच्यावरच जास्त प्रेम करतोस. खरंतर सगळंच प्रेम तू तिच्यावर करतोस.''

''कशावरून?''

''रात्री माझ्या मिठीतून उठून हलकेच तू–''

''गप्!'' रुधिराक्ष हसला. स्तब्ध झाला. मग म्हणाला, ''प्रेम? खरंतर मी कोणावरच प्रेम केलेलं नाही कधी. व्यर्थ आहे ते. मला फक्त सांडपाण्याचे नळ चढून वर जाण्याची आवड आहे हे मी कबूल करतो.''

''सांडपाण्याचे नळ?''

''हो. माझं मूळ काम. सांडपाणी.''

''शीः! घाण!!''

''काव्यमय असतं.''

"शीः! गलिच्छ!"

"तुझ्या अंगाला वास येत नाही कसलाच?"

"मी अंघोळ करते."

"आणि अंघोळ केल्यावर वाहून जाणाऱ्या पाण्याला तुझ्या घामाचा वास येतो. घामाला वास येतो. श्वासांना वास येतो. मलमूत्राला वास येतो. स्रावांना वास येतो. फळाफुलांना येत नाही वास? प्राण्यांना येत नाही? मातीला नाही येत? सगळ्या सजीव, निर्जीव सृष्टीला वास नाही येत? मग नाकपुड्या कशाला असत्या?"

"पण सांडपाण्यात फक्त घाण असते."

"जिला तू घाण म्हणतेस तिच्यावर जीवनचक्र चालतं. ती वनस्पतींना, सूक्ष्म जंतूंना, किड्यांना, जलचरांना, पक्ष्यांना, प्राण्यांना, वृक्षांना, पिकांना पोसते. घाणीतही सत्त्व असतं. पोषकद्रव्यं असतात. परस्परोपजीवी जीवसृष्टीत काहीच घाण नाही. काहीच अंतिम टाकाऊ पदार्थ नाही. काहीच निरुपयोगी नाही. प्लॅस्टिक निरुपयोगी असतं कारण ते पाण्यात, मातीत, हवेत विघटित होत नाही. विष्ठा मात्र उपयोगीच असते कारण तिचं विघटन आणि पुनर्घटन होतं. तिच्यावर झाडं, पिकं फोफावतात आणि पुन्हा ती पशुपक्ष्यांना, कीटकांना, माणसांना अन्न देऊन पोसतात. ह्यात घाण कुठं कायम शिल्लक उरते?"

"पण तुला सांडपाण्यात काय आढळतं?"

"माणसांचं हरवलेलं, धुपून जाणारं सत्त्व. सृष्टीच्या जीवनचक्राशी असणारं त्यांचं नातं. जमिनीकडून, पृथ्वीकडून त्यांनी कर्जाऊ घेतलेली पोषकद्रव्यं जास्त समृद्ध करून माणसं पृथ्वीला परत करतात. पण आधुनिक औद्योगिक शहरी संस्कृतीत सांडपाण्याच्या रूपानं माणूस ही द्रव्यं नदीनाल्यांत आणि समुद्रात सोडून देतो. सांडपाण्यात माणसाच्या संस्कृतीचं अक्षरशः प्रतिबिंब पडलंय. सांडपाण्याचं विश्लेषण केलं तर त्यात माणसाच्या दैनंदिन जीवनप्रवाहातलं प्रत्येक द्रव्य, तत्त्व मिसळलेलं दिसेल. सांडपाणी ही मानवी संस्कृतीनं पृथ्वीला परत केलेली भेट आहे. ते जर विषारी असलं तर आपण पृथ्वीला, समुद्राला ते विष घालतोय. ते जर अमृत असलं तर आपण जीवनचक्राला गती देतोय."

रुधिराक्ष आपल्याच बोलण्यात हरवून चालला होता. अचानक शहारून त्याची बायको म्हणाली, "शीः! हे मला ओंगळ आणि विकृत वाटतं! ही कसली जगावेगळी घाणेरडी आवड?"

"मी सांडपाण्याचा पॅथॉलॉजिस्ट नाही, केमिस्ट नाही, बायोकेमिस्ट नाही, बायॉलॉजिस्ट किंवा झूऑलॉजिस्ट नाही. मी सांडपाण्याचा कवी आणि तत्त्वज्ञ आहे. भक्त आणि चिंतक आहे," रुधिराक्ष म्हणाला, "आपल्याला अंग आहे. रक्तमांस आहे. आपण जिवंत आहोत. आपल्या शरीरात नाना प्रक्रिया अव्याहत चालल्यात. त्यात रसायनं मिसळतात. नवी द्रव्यं निर्माण होतात. त्यात विद्युतप्रवाह चालतो, त्यात ऊर्जेचे व्यवहार होतात. आपण प्राणी आहोत. सबंध जीवसृष्टीला जिवंत प्रक्रियांनी बांधलेले आहोत. ह्या प्राणित्वाची आपल्याला शरम का वाटावी? आपण सृष्टीपासून वेगळे आहोत असं मानून आपण विशुद्धपणाची, केवळपणाची, ज्ञानाची, चैतन्याची, आनंदाची, अस्तित्वाची कल्पनाच जिवंतपणापासून आणि पशुत्वापासून अलग का करावी? तरी माणसांना आपण पशू आहोत हेच मूळ पाप वाटतं. आणि ते धुऊन काढण्यासाठी ते स्वतःला सतत घासूनपुसून साफ करत राहतात. शरीर असणं हाच माणसांना एक अपराध वाटत असतो. म्हणून तुलाही सांडपाण्यातलं काव्य दिसत नाही. घाणीच्या कल्पनेनंच तू आक्रसून जातेस."

रुधिराक्षच्या बायकोनं मान हलवली. त्यानं पुन्हा तिचं चुंबन घेतलं. ह्या वेळी ओठांचंच. आपल्या ओठांत त्यानं तिचे ओठ गच्च धरले आणि ते किंचित उघडताच त्यानं हळूच तिच्या ओठांच्या आतून आपल्या जिभेचा शेंडा फिरवला आणि तिच्या स्वादाचा त्याला सूक्ष्म बोध झाला.

८३

रुधिराक्ष एका डायनासॉरच्या मादीला कुरवाळत उभा होता. प्रचंड, बाळबोध, ओबडधोबड पशू. काव्यमय. रुधिराक्ष त्या प्राचीन सरड्याच्या मादीपुढे इवलासा दिसत होता. तिनं शेपूट जमिनीवर आदळलं असतं तरी त्याचा चुराडा झाला असता. पण रुधिराक्षनं पापणीसुद्धा लववली नाही. हळूहळू अनेक प्रागैतिहासिक प्राण्यांचा एक कळपच रुधिराक्षपुढे जमला. त्यांच्या जिभा रुधिराक्षच्या मस्तकाला स्पर्श करत होत्या. दयाळू मेंढपाळान आपल्या कळपावर काठी न चालवता उभं राहावं, तसा रुधिराक्ष उभा राहिला.

आणि मग प्राण्यांच्या जोड्या जोड्या दिसून आल्या. नरमाद्यांची ती वेडीवाकडी प्राथमिक धुडं समागम करू लागली. नुकताच प्राणिपदाला पोचलेला

जिवंत जड पदार्थ तडफडू लागावा तशी ती तडफडू लागली. धुळीचे लोट उठले. त्या जोडप्यांच्या शरीरांखाली दगडांचा चुराडा झाला. झाडंझुडपं चुरगळून गेली. त्यांच्या सरपटण्याचे पट्टे पृथ्वीवर उमटले. आणि त्यांनी एकसमयावच्छेदेकरून डरकाळी फोडली.

रुधिराक्षच्या दयाळू डोळ्यांपुढे वितळलेली हिमयुगं पुन्हा सुरू झाली. पृथ्वीच्या जांघा उघडल्या आणि मिटल्या. ते प्रचंड होतकरू जीव महापुरात आणि भूकंपात गाडले गेले.

८४

हे पूर्वजांनो, मी रुधिराक्ष! हे पाण्या, हे उन्हा, हे माती, हे वाऱ्या, मी रुधिराक्ष! वनस्पतींनो, मी रुधिराक्ष! जलचरांनो, मी रुधिराक्ष! भूचरांनो, मी रुधिराक्ष! पक्ष्यांनो, मी रुधिराक्ष!

तुम्ही शोधून काढलं सजीव मर्त्यत्व. ह्या भिरभिरणाऱ्या पदार्थांतून तुम्ही शोधून काढला हा नाजूकपणा, हे चिरडलं जाऊं शकणं, हे स्पंदन पावणं, हे स्फुरणं आणि संकोचणं, हे अन्नासाठी कासावीस होणं, हे नर-मादीचं एकत्र येणं! हे रुजणं, हे उगवणं, फैलावणं, हे विस्तारणं, हे जीवनाचं बहुविध जाळं विणणं! पेशीच्याही आत, सूक्ष्मातिसूक्ष्म भाषेत तुम्ही स्वतःचं सूत्र रोवलं! अणूरेणूंपेक्षाही बारीक अशा ऊर्जस्वी चैतन्याच्या गतिमान नक्षीतून तुम्ही आकारण्याची किमया शोधून काढलीत! आता ती किमया, ते सूत्र, फोफावत जातंय, एकेका मर्त्य आकाराला मागे टाकून. मी, रुधिराक्ष, अधिकाधिक मर्त्य होत चाललोय!

जिवंत नाजूकपणा घेऊन आपण शून्यकठोर अमरत्वापासून पळ काढला. आपण स्फुरणांसारखे, तरंगांसारखे, अशाश्वत आणि अनित्य झालो. कितीही उत्क्रांत झालो तरी जितकी आपली जिवंतपणाची जाणीव तीव्र होत गेली तितकेच आपले एकेक अवतार मर्त्य आणि क्षणिक होत गेले ! आणि मी, रुधिराक्ष, आता उत्क्रांतीच्या असंख्य अग्रांपैकी ह्या एका विशिष्ट टोकावर मरणोन्मुख होऊन जीवनाचा उत्सव साजरा करतोय!

अचानक मी अनैतिहासिक होतोय आता! भविष्यकाळाशी किंवा भूतकाळाशी माझा संबंध नाही! अमरत्वाचा मला लोभ नाही! माझ्या जाणिवेचा विराट फुगलेला हा ब्रह्मांडवत विस्तारलेला फुगा केव्हाही फुटून पुन्हा सर्व शून्यवत

होऊन जाईल! रुधिराक्षचं अस्तित्व संपून उरेल ते अनारंभ, अविरत, अमर्याद, निराकार शिवत्व.

जिथं तोंड ती पूर्व, जिथं पाठ ती पश्चिम, जिथं पाय ते खाली, जिथं मस्तक ते उंच हात करावा तिथं दिशाच दिशा.

हे आधुनिक, वैज्ञानिक, प्रगत, भविष्यवादी, उत्क्रांतीशील मानवांनो! आता तुम्ही सगळे प्राणित्वाच्याही पुढे गेलात. शरीरं टाकून जाण्याच्या अवस्थेला आलात.

मी एकटाच उरलोय ह्या स्वतंत्र काळात आर्ष रक्ताला बांधलेला. तुम्ही रक्त पवित्र, निषिद्ध आणि अश्लील मानलंत. माझ्या तर डोळ्यांतच रक्त होतं. मी अश्लील, अश्लाघ्य, असभ्य अस्तित्वाचा अर्क होतो. मी प्राणित्वाचा मूळ नमुना होतो. मला पाहून तुम्हाला आठवण झाली ती आदिम पशूंच्या सांगाड्यांच्या त्या गाडलेल्या जगाची, पार्थिव अरण्याची, ओबडधोबड जीवनेच्छेची, परस्परोपजीवी जीवसृष्टीची.

जिच्याशी जाणूनबुजून आपलं नातं तुम्ही तोडून टाकलेलं आहे. जीवसृष्टीपासून अलग होणारी एक वेगळीच संस्कृती तुम्ही रचता आहात. तुमच्या सांडपाण्यात कालकूट पसरत असताना मी शोधतोय अमृताचे अतिप्राचीन अवशेष आणि जीवनाच्या सूक्ष्म नक्षीची मूळ कुंडली.

पण मी रुधिराक्ष! मी दयाळू आहे! दयाळूपणेच मी तुमच्याकडेही पाहतो आहे. स्वतःच्या अंगांचे गुंतागुंतीचे व्यवहार एकेकांना जोडून तुम्ही समाज नावाचा नवीन डायनासॉर उत्पन्न केलाय हे मला कळतं. तुम्ही आता विशुद्ध तर्काच्या, प्रतीकांच्या आणि चिन्हांच्या, व्यवस्थांच्या आणि नकाशांच्या विश्वात प्रवेश करताय. सजीव सृष्टी आणि जड पदार्थ, वातावरण आणि त्यातल्या प्रक्रिया, संवेदना आणि ज्ञानेंद्रियं तुमच्या लेखी कालबाह्य झालीत. तुमचं स्पर्शज्ञान संपलं तर तुम्ही क्षेपणास्त्रांचा अंगीकार केलात! तुम्हाला वास येईनासे झाले, पण तुम्ही गणित शोधून काढलं! तुम्हाला चवी कळेनाशा झाल्या, मात्र तुम्ही विचार शोधून काढलेत!

माझ्या लेखी तुम्हीही बाळबोध, ओबडधोबड जीवच आहात! डायनासॉर्सइतकंच तुमच्याकडेही मी प्रेमानं बघतो! केवढ्या प्रचंड तुमच्या चालीरीती! केवढी लहान तुमची शरीरं!

८५

रुधिराक्ष पुन्हा नेटानं ड्रेनपाइपवर चढू लागला. प्रत्येक बेडरूममध्ये आज तो डोकावला. प्रत्येक ठिकाणी त्यानं चिमुकले डायनासॉर आणि इक्थीसॉर बघितले. त्यांचं समागम संपताच पुन्हा एक लहानसं हिमयुग उत्पन्न होई आणि ते बर्फाखाली गाडले जाताच रुधिराक्ष ड्रेनपाइपला धरून आणखी वर जाऊ लागे.

आपले माणकासारखे डोळे माणसासारखे उघडे ठेवून रुधिराक्ष वर चढत होता.

पण प्रेयसीकडे जाणारा अदम्य चढ मला एका दमात चढून जावा लागेल, कारण तो कधीच संपत नाही असं वाटतं. मी रोज रोज हे काय करत असतो?

चढता चढता त्यानं स्वतःलाच विचारलं, ''मिस्टर ब्लडशॉट आईज, तुमच्या मते वाळायचा अंतिम उद्देश काय?''

आणि आवाज बदलून त्यानं स्वतःलाच उत्तर दिलं, ''हाच की कोणत्याही अंतिम उद्देशाचा विचार न करता तातडीनं आत्माविष्कार करणं.''

''रुधिराक्ष, तुम्ही पलायनवादी आहात काय?''

''होय. मी अर्थापासून पळ काढतो आणि प्रत्यक्षाच्या दिशेनं पळत सुटतो.''

''मग तुम्ही भाषा का वापरता? आणि फँटसी का लिहिता?''

''कारण सत्याविषयी मौन पाळणं हेच सभ्यपणाचं लक्षण आहे. ज्याविषयी बोलता येत नाही, त्याविषयी मौन पाळावं!''

''म्हणजे तुम्ही असत्य लिहायला भाषा वापरता?''

''माणसाला फक्त असत्य निर्माण करता येतं. बाकी सगळं माणसाअगोदर, माणसापूर्वी किंवा माणसाशिवाय अस्तित्वात आहेच.''

आज रुधिराक्षची प्रेयसी एकटीच होती. ती विवस्त्र होती आणि अंबाडा मोकळा सोडून, केसात फणी खोवून, डावा तळपाय उजव्या गुडघ्यापाशी टेकून, उजव्या हातानं खिडकीची सळी घट्ट धरून ती उभी होती. तिचे ओतप्रोत पण पूर्ण पिकून लोंबणारे स्तन प्रकाशाविरुद्ध काळेभोर दिसत होते आणि तिच्या नग्नाकृतीच्या मागून येणारा मंद प्रकाश तिच्या अंगाच्या वळणांचे वळसे किंचित उजळत होता. ती स्तब्ध होती.

हळुवारपणे रुधिराक्ष म्हणाला, ''शूः! मी रुधिराक्ष!''

“रुधिराक्ष? प्लीज! तुझे डोळे मीट!”

“का?”

“मला कसली तरी खोल आठवण होते.”

“कसली?”

“तेच समजत नाही, रुधिराक्ष ! पण तू माझा संसार उद्ध्वस्त करू नकोस!”

रुधिराक्ष हसला. म्हणाला, “माझ्यापासून कोणालाच भय नाहीय. मी सत्तेसाठी झगडत नाहीय.”

“रुधिराक्ष! तुझं असणंच भयप्रद आहे! आजही, ह्या युगात, तू आहेस ह्याचंच भय वाटतं!”

रुधिराक्ष खिन्न उभा राहिला.

“तू इथं कसा आलास?”

“ड्रेनपाइपवरून.”

“शीः!”

“तुझ्या सूक्ष्म, अंगच्या वासाच्या आधारानं, तोच हुंगत, मी इथं आलो!”

“कुठून?”

“समुद्रावरून! जिथं सगळं सांडपाणी एकत्र येतं तिथून! त्या एकूण पाण्यातही तुझ्या अंगचा वास मी सूक्ष्म वेगळा शोधून काढला आणि त्याच्या आधारानं इथवर आलो!”

तिचे डोळे पाण्यानं भरून आले.

रुधिराक्षला ते बघवेना. त्यानं पॅरापेटवरून स्वतःला खाली झोकून दिलं.

८६

आता फक्त खोल समुद्रात निळा देवमासा हयात आहे. ब्रॅांटोसॉरस गडप झाला. स्टेगोसॉरस गाडला गेला. क्रूर, मांसभक्षक, टायरॅनोसॉरस रेक्ससुद्धा नष्ट झाला. अँकायलोसॉरसचं अभेद्य कवच त्याचं रक्षण करू शकलं नाही. टेरॅनोडॉनला पंख होते पण तो उडून जाऊ शकला नाही. पृथ्वीच्या पापण्यांच्या उघडझापीत एकेक छोटा प्रलय झाला आणि हे होतकरू पशू नष्ट झाले. लाव्हाचे, वाळूचे, दगडाचे, बर्फाचे ढिगारे त्यांच्या अंगांवर साचले. आता त्यांचे खनिज सांगाडे तेवढे उरले आहेत.

८७

रुधिराक्ष म्हणतो, मन ही पृथ्वीचीच सजीव प्रतिकृती आहे. मूळ जीवनेच्छेचा सूर्यवत अग्निगोल थंडावला त्यावर कवच जमत गेलं. त्यावर आपण समुद्र पांघरले. त्यावर नाना प्राणी बागडू लागले. नाना वनस्पती उगवून आल्या. त्यावर आपण संस्कृती रचली. विज्ञान आखलं. पण मूळची उन्मन धग या कवचाच्या आत अजूनही प्रखर आहे. कच्चं कवच फोडून ती वर येते आणि तिच्या तप्त उद्रेकात शतकानुशतकांचे शांत व्यवहार गाडले जातात. पुन्हा एक नवं, निर्विकार कवच तयार होतं.

८८

मला हा जो अॅटॅक येतोय तो क्षीण भूकंपासारखा आहे. पण कुठेतरी कवच अजूनही कच्चं असेल. अजूनही मनाची आणि मनोनिर्मित रचनांची आमूलाग्र उलटापालट शक्य आहे. बुद्धीच्या कवचाखाली आजही, अजूनही प्रखर उन्मत्त जीवनेच्छेचं अग्निकेंद्र धगधगत आहे. त्याचंच द्योतक हे माझे दोन लालबुंद डोळे.

आणि तरी ह्या डोळ्यांना ह्या अग्नीलाही, ह्या भव्य उदासीन अवकाशात काय अर्थ आहे? मी अहोरात्रांचा पैलकड पाहून थरारलो. आणि झालं काय? माझ्या ह्या नाशवंत शरीर-मनाला निव्वळ आनंद लाभावा एवढी एकच इच्छा मी धरली.

८९

प्राण्यांच्या जागी तुम्ही आलात वरकरणी साधे, पण तितकेच विविध आतून. पूर्वी शरीरांमध्ये चमत्कृती आणि विविधता होती. आता मनात, बुद्धीत ती आहे. आपण सगळे सारखे दिसतो पण आपल्यात असाध्य अंतरं पडलेली आहेत म्हणूनच माझे हे डोळे तुम्ही फ्रीक ठरवलेत. त्यांना अपघाती म्युटेशन, अनियमित, अचानक बदल म्हटलंत.

९०

आपण मर्त्य आहोत याचा रुधिराक्षला कधीच विसर पडत नाही. त्याची

नीती, त्याचं आत्मभान, त्याची श्रेयकल्पना, त्याची प्रेमभावना हे सगळंच मर्त्यत्वाच्या जाणिवेच्या कोनशिलेवर उभं आहे. नीत्शेने जाहीर केलं होतं : परमेश्वर मृत्यू पावला आहे. रुधिराक्ष विचारतो : अजून मानव जिवंत राहिलाय का? जिवंतपणा ही मर्त्यत्वाची दुसरी बाजू.

९१

इतिहासावर अवलंबून राहू नका. एकेक समाज नष्ट होतो तेव्हाच त्या समाजानं निर्माण केलेली मानवप्रतिमा, माणसाचा प्रकार तीच गत पावतो. कारण स्वतःच्या प्रतिबिंबावरून स्वतःला ओळखणारा, आपल्याच स्वरूपाबद्दल शंका घेणारा माणूस हा एकमेव प्राणी आहे. त्याच्या भोवतालचे आरसे काढून घ्या, त्याच्या प्रतीकांचे, भाषांचे आरसे हलवा इथून आणि उरेल फक्त एक चमत्कारिक अभाव. कारण निसर्गाच्या नाळेपासून तुम्ही तुटलेले आहात. मी, रुधिराक्ष अजून त्या अनादि गर्भाशयाला जोडलेला आहे. नव्हे मीच निसर्ग आहे स्वतः. त्याचं मूळ, त्याचा मध्य, त्याचं अग्र मीच आहे.

९२

रुधिराक्षला अनेकदा वाटतं : आपण खरंतर सर्कशीत जायला हवं होतं. हसायला, थक्क व्हायला, टाळ्या पिटायला लोक तिथं येतात. भव्य तंबूत माणसांना प्राण्यांसारखं आणि प्राण्यांना माणसांसारखं वागवतात. तिथं वाघ, सिंह, चिंपँझी आपली बुद्धी दाखवतात, माणसाचे गुण दाखवतात, माणसाचं अनुकरण करतात. तर माणसं ओरँग उटँगइतकीच आपण कुशल असल्याचं प्रदर्शन करतात. प्रमाणाबाहेर खुजी माणसं, प्रमाणाबाहेर लंबू लोक, विदूषक, कुबडे, जमल्यास एकमेकांना जोडलेली सयामी जुळीसुद्धा सर्कशीत आपापल्या स्थानी असतात. लाल डोळ्यांचा माणूस तिथं सहज खपेल. पण समजा तिथंही आपण ट्रॅपीझवरल्या पोरीच्या प्रेमात पडलो तर? तर आपली धडगत नाही. कारण रतीप्रसंगी तिला आपले लाल डोळे दिसून ती किंचाळेल, आपल्याला दूर लोटण्याचा प्रयत्न करील. या जगात फक्त वेश्या, दारुडे आणि भिकारीच माझा स्वीकार करतील आणि मला त्यांच्यात जायचं नाही.

१३

रुधिराक्ष समुद्रावर गेला. तसाच बसून राहिला. ओहोटीची वेळ होती. किनारा रिकामा होता. आज आपल्या वयाला तीस वर्षं झाली. एव्हाना आपण इथं स्थायिक व्हायला हवं होतं. पण जिथं तिथं हे डोळे आड आले.

आपली बायको गांधारीप्रमाणे डोळ्यांवर पट्टी का बांधून घेत नाही? किंवा आपण आपले डोळे का फोडून घेत नाही? समजा आपणच आपले डोळे फोडले तर? सप्तरंग नाहीसे होतील पण सांडपाण्याचा वास जास्तच सूक्ष्मपणे येईल. प्रेयसीचं नग्न शरीर आपल्याला दिसणार नाही, पण चाटता येईल, हुंगता येईल. एका सूक्ष्म खारट आणि तीव्र वासाच्या कणातून तिची समग्र मूर्ती आपल्या प्रत्ययाला येईल.

मला काय हवंय? तिसाव्या वर्षी मला काय हवंय? त्यानं ओरडून स्वतःलाच विचारलं. पण वारा पडलेला होता. माडसुद्धा सळसळत नव्हते. रुधिराक्ष उठला. चालू लागला. मग दिवसभर तो चालतच राहिला. हातगाडीसारखं मन ढकलत. उभे-आडवे रस्ते ओलांडत. गर्दीतून. रिकाम्या रस्त्यातून. गलथान वस्त्यांतून. श्रीमंत वस्त्यांमधून. ह्या सर्व लोकांचे डोळे लाल करण्याची माझी इच्छा नाही. फक्त माझ्या डोळ्यांसकट त्यांनी मला स्वीकारावं, जगू द्यावं.

अखेर रुधिराक्ष थकून परतला. पुन्हा खड्ड्यात उतरला. नळामधून सांडपाणी झिरपत होतं. कामगारांचं, कारकुनांचं, व्यापाऱ्यांचं, कारखानदारांचं, राजकारण्यांचं, विद्वानांचं, प्रतिभावंतांचं. मुलाबाळांचं म्हाताऱ्याकोताऱ्यांचं मलमूत्र. जे रोज अव्याहत वाहत समुद्राकडे जातं.

१४

निकरावर. पुन्हा फाउंटनजवळच. सहाच्या सुमाराला. पाठीशी सीटीओ. उजव्या हाताला हायकोर्ट. गर्दीच्या विरुद्ध दिशेनं रुधिराक्ष चालला आहे. अचानक तो आपल्या पँटची बटणं खोलतो. हे शिवलिंग आहे. ताठ. आपलं इंद्रिय तो बाहेर काढतो. मला ठार करा. मी पशू आहे. मी तुम्हाला माझं पशुत्व दाखवतोय. मला त्याची लाज वाटत नाही. मी शेवटचाच पशू आहे. अगदी अखेरचा! अचानक गर्दी खिळते. लोक स्तंभित होतात. दगडासारखे स्थिर उभे राहतात. काहीतरी चमत्कारिक घडतंय. अद्भुत! माणसाला लिंग असतं! भर

गर्दीतही कोलाहल थांबतो. ट्रॅफिक थांबतो. लिंग असतं. दिसू शकतं!

रुधिराक्ष चालत जातो तशी दुतर्फा गर्दी फाटते. जणू काय गर्दीच्या योनीत त्याचा प्रवेश झालेला आहे.

रुधिराक्ष एकटक चालतो आहे. मला वेड लागलेलं नाही. मी एक्झिबिशनिस्ट नाही. माझे लाल डोळे तर बघतायच तुम्ही. आता हेही पाहा. माझं मरणेंद्रिय. माझं ब्रह्मेंद्रिय.

इमारती कलंडतात. फ्लोराचा पुतळा कलतो. रुधिराक्ष जमिनीवर पडतो. त्याचं इंद्रिय ताठ वाढत जातं. उंच, उंच, उंच इमारतीपेक्षा उंच. आणि खोल, खोल, खोल. पृथ्वी भेदून आत. पृथ्वी दुभंगून ते पुन्हा अवकाशात बाहेर पडतं. दुतर्फा वाढत जातं. सूर्यमालेचा परीघ ओलांडून जातं. गुरुत्वाकर्षणाचा नियम तोडून जातं. नक्षत्रांचे व्यूह मोडून जातं. अवकाशाच्या वळणदार योनीत प्रकाशापेक्षा जलद गतीनं आरपार शिरत जातं. आरपार बनत जातं. रुधिराक्ष निश्चेष्ट पडलाय कुठंतरी क:पदार्थ होऊन. पण हा शिवदंड, हा महान स्तंभ, अनारंभ उभारलाच जातोय.

९५

अखेर लक्षणं नेमकी उलट झाली : विस्मरणाऐवजी स्मरणाचाच लख्ख झटका आला.

आणि अंधत्वाऐवजी प्रकाश पडला.

९६

एक लहानसा माणूस, अखेरचा पशू लुप्त झाला होता.

९७

आणखी एका हिमयुगाची सुरुवात झाली होती.

* * *

द फुल मून इन विंटर

१

घेतो. ह्यात फक्त निर्भेळ आपलेपणा आहे. दारूचं नुसतं निमित्त.

२

आज मात्र मी बेचैन होतो. प्रत्येक मैत्रीची वेगवेगळी अलिखित घटना असते. माझ्या खाजगी जीवनातल्या काही गोष्टी मुद्दाम मी अंत्यांला सांगत नाही. कारण माझ्या जीवनातले कित्येक संदर्भ त्याला मुळातच अज्ञात अनोळखी आहेत. मी जे अनिश्चित जीवन स्वीकारलं त्यात आपल्या देशातच नव्हे तर इतरत्र युरोप, अमेरिका, आफ्रिकेतही दीर्घ वास्तव्य केलं. कारकुनी, सरकारी नोकरी, पत्रकारी, शिक्षकी पेशा, जाहिरातव्यवसाय, चित्रपट, चित्रकला अशा वेगवेगळ्या क्षेत्रांत हिंडलो. माझ्या मनस्वी स्वभावामुळे भावनिक आणि लैंगिक पातळीवर सरासरीपेक्षा जास्तच स्त्रियांशीही माझा संबंध आला. कित्येकदा यामुळे खाजगी जीवनात प्रचंड तणाव आणि गुंते निर्माण झाले. वैवाहिक नीतीच्या पातळीवर माझ्या रीतीनं मी ते सोडवले याची अंत्याला असेल किंवा नसेल. पण मी हे विषय काढीपर्यंत तो मला ह्या किंवा कोणत्याच बाबतीत स्वतः होऊन छेडणार नाही. ती त्याची पद्धत नाही. ह्यात मी काही लपवाछपवी करतो आहे असंही त्याला वाटणार नाही. तो त्याचा स्वभाव नाही.

"अंत्या, तुला ललिता होनावर आठवते का ?"

"म्हणजे आपल्या कॉलेजातली? फुल मून इन विंटर?"

"हो तीच."

"बरं मग? आयला, इतक्या वर्षांनंतर तुला तीच का नेमकी आठवली?"

"सांगतो. प्रथम तू सांग तिच्याबद्दल तुला काय आठवंत? तुझी मेमरी जबरदस्त आहे."

"अरे तिचा बाप आय.सी.एस. होता. हुबेहूब इंग्लिशमन. कसल्यातरी लफड्यात सापडून त्यानं आत्महत्या केली."

"पोरीबद्दल बोल."

"दिसायला भलतीच देखणी होती पण इतकी निर्विकार आणि थंड की तिच्यावर लाइन मारायची कोणालाच बुद्धी झाली नाही. म्हणूनच तर तिला 'द फुल मून इन विंटर असा फिशपाँड मिळाला होता. स्नॉबिश होती. फक्त इंग्लिश बोलायची. कोणाशीच मिक्स व्हायची नाही. आणि विषय काय? तर सोशियॉलॉजी! आपल्या एक वर्ष मागे किंवा पुढे होती. कारण फर्स्ट इयरला ती आपल्या वर्गात नव्हती."

"आणखी काय?"

"पुढचं ठाऊक नाही. आत्ता तुझ्या तोंडून इतक्या वर्षांनी पहिल्यांदाच तिचं नाव ऐकतोय. काय भानगड आहे ?"

"भानगड काही नाही. मला तिचा फोन आला होता."

"काय म्हणतोस काय?"

"खरंच."

"कशासाठी?"

"ती कोणत्या तरी स्त्रियांच्या संस्थेची अध्यक्ष आहे. मला व्याख्यान द्यायला बोलावते आहे. फोनवर म्हणाली की मला वाटतं आपण एकाच कॉलेजात होतो. माझं नाव ओळखीचं वाटतं का? आणि मी मूर्खासारखा म्हणालो की आठवतंय की!"

"तू असं करायला नको होतंस. साली त्या वेळी ढुंकून बघायची नाही कोणाकडे. भाव खायची. ह्या वेळी तू भाव खायला हवा होतास. मग पुढे?"

"मी तिला भेटलो. आपल्यासारखीच तिचीसुद्धा पन्नाशी उलटलीय आता. दिसते मात्र तशीच. केस डाय करत असावी. लग्न केलेलं नाही. अजून कुमारीच आहे."

"इतक्या उशिरा कुमारी असली तर आपल्याला काय उपयोग? तू तर आजोबा झालेला आहेस आणि माझी मुलंसुद्धा वयात आलीत."

‘‘माहिती म्हणून सांगतो.’’

‘‘आता काय उपयोग त्या माहितीचा?’’

‘‘कॉलेजातलं कोणी भेटतं का विचारत होती. तर मी तुझ्याबद्दल सांगितलं. आपण अजून नियमित भेटतो हे ऐकून तिला फार आश्चर्य आणि कुतूहल वाटलं. आपण काय करतो, काय बोलतो ह्याबद्दल. मग मी सांगितलं की आम्ही दारू पितो. जुन्या रेकॉर्ड्‌स ऐकतो. आठवणी काढतो. जगभरच्या विषयांवर गप्पा मारतो.’’

‘‘मग?’’

‘‘ती म्हणाली, ‘हाऊ फॅसिनेटिंग! आय विश आय कुड जॉईन यू वन ईव्हीनिंग, इफ आय वॉज इनव्हायटेड. जस्ट टु ऑबझर्व्ह टू ओल्ड फ्रेंड्‌स टॉक. आय हॅव नेव्हर एक्स्पीरीयन्सड सच अ थिंग मायसेल्फ!’ तर मी थोडा अवघडलो. काय बोलावं मला सुचेना. ती म्हणाली, विल यू इन्व्हाइट मी? मी म्हटलं, त्यात काय, पण तुम्हीच निराश व्हाल. त्यात एवढं खास काहीच नाही. तर ती मागेच लागली. मग मी म्हटलं की तुला विचारून सांगीन.’’

‘‘अरे हे कसं शक्य आहे ? आपल्या बैठकी काय नाटकाचे प्रयोग आहेत की कुणीही लावावेत?’’

‘‘अरे पण नंतर तिनं तीनदा फोन केला.’’

‘‘मग?’’

‘‘ह्या शनिवारी मोकळा आहेस?’’

‘‘अं? हो.’’

‘‘मी तिला माझ्या घरी बोलवलंय. तुला विचारून कन्फर्म करीन म्हणालोय.’’

‘‘च्यायला! बरं. ठीक आहे. आपोआप कंटाळून जाईल.’’

‘‘प्रोग्रॅम नेहमीचा. घरी सध्या कोणीच नाही हे तुला ठाऊक आहेच. जेवण थंड बूफे. बाहेरून आणीन. पक्कं?’’

‘‘ठीक आहे तू म्हणतोयस तर. खरं तर माझा ह्यावर विश्वासच बसत नाही.’’

मग आम्ही ह्या ताणातून सुटून मनसोक्त जिन पीत गप्पा मारून आपापल्या घरी गेलो.

३

पुढचा आठवडाभर मी घरी एकटाच असणार होतो. बायको, मुलगा, सून, नातू सर्वच पुण्याला आहेत. हल्ली आमचा मुख्य मुक्काम तिथंच असतो. मी कामासाठी मुंबईला येतो तेव्हा परदेशी गेलेल्या एका मित्राच्या फ्लॅटची चावी माझ्याकडे असते. तिथं फोनसकट सगळ्या सोयी आहेत. फ्लॅट वरळीला आहे त्यामुळे शहरात दुतर्फा जायला मध्यवर्ती पडतो. वस्ती श्रीमंत आणि शांत आहे. त्यामुळे एकाग्रतेनं काम करणं शक्य आहे. वय जसं वाढत चाललंय तसा मीही सुखसोयींवर जास्त जास्त अवलंबून राहतोय. ज्या दगदगीमुळे मला पूर्वी जास्तच चेव यायचा ती आता नकोशी वाटते. शिवाय इस्कीमिक हार्ट डिसीझची टांगती तलवारही आहे.

मी फारसा बाहेर पडत नाही. स्वतःचं जेवण स्वतः बनवतो. स्वयंपाकाचा मला छंद आहेच. नव्या नव्या पाकक्रिया करून पाहण्यात मला विरंगुळा मिळतो.

गेले काही दिवस मी एका चित्रपटाची पूर्वतयारी करतो आहे. अगोदर लिहिलेल्या पटकथेतून आता तपशीलवार शूटिंग स्क्रिप्ट तयार करतो आहे. चित्रणस्थळ ठरवलंय, भूमिका ठरल्यात, चित्रणाच्या तारखाही ठरल्यात. आता एकेक दृश्याची लय ठरवून त्या लयीनुसार शॉट्सची विभागणी करायची. प्रत्येक शॉटचा दृष्टिकोन, कॅमेरा आणि दृश्यविषय ह्यांच्यातलं अंतर, प्रकाशयोजना, कॅमेरा स्थिर का गतिशील, कॅमेऱ्याच्या हालचालीची दिशा आणि गती, पात्रांच्या हालचाली आणि आविर्भाव, संवादातले चढ-उतार आणि स्वराची जात, दृश्यांत वापरायच्या वस्तू, पात्रांच्या पोशाखाची तऱ्हा आणि रंग, संवादाखेरीज ध्वनिमुद्रित करायचे असलेले इतर आवाज, पार्श्वसंगीत काय प्रकारचं आणि कुठपासून कुठपर्यंत, संकलनाच्या वेळी लावण्याचा प्रतिमांचा क्रम आणि उतरंड. एक ना हजार बारीक तपशील मी शक्य तितके नोंदायचा प्रयत्न करतो. ऐन वेळी त्यातले कित्येक बदललेही जातील. पण काम करणाऱ्या सगळ्या टीमला अंतिम चित्रपट अगोदरच डोळ्यांपुढे आणता आला तर प्रत्येकाला त्यात जीव ओतून स्वतःचं कौशल्य दाखवता येतं, अशी माझी विचारसरणी आहे.

ललिता होनावरला मी शनिवारचं संध्याकाळचं आमंत्रण दिलं खरं. पण मग माझाच मला वैताग आला. अंत्या येणार, ती येणार म्हणजे पूर्वतयारी-सरबराईत संबंध शनिवार जाणार. रात्री पिऊन उशिरा झोपल्यामुळे रविवारची

सकाळही आळसात जाईल. सरळ दोन दिवस फुकट जाणार. पण आता हा कार्यक्रम रद्दही करता येणार नव्हता.

थंड जेवण तयार करणं गरम जेवणापेक्षाही अवघड आहे. कारण गरम जेवण फारसं चवदार नसलं तरी खपून जातं. त्यातून दारू पीत पीत खाता येईल असं जेवण जास्तच कठीण. सँडविचांसाठी मला पाव, लोणी, मस्टर्ड, मेयोनेज आणावं लागलं. उकडलेली अंडी, वाफवून हाडापासून अलग केलेलं कोंबडीचं मांस, हॅम, काटा काढून वाफवलेली पापलेटं. चिरलेला कांदा, टोमॅटो, काकडी, लाल मुळा, पुदिन्याची आणि लसणाची चटणी, वाफवलेले हरभरे आणि चिरलेली कोथिंबीर. शिवाय फरसाण, शेंगदाणे, चणे, चीझचे तुकडे, सफरचंद, काजू. जिनच्या दोन बाटल्या, डझनभर सोड्याच्या बाटल्या, ताजा लिंबाचा रस तसंच लाईम कॉर्डियल, अँगोस्टुरा बिटर्स, संत्र्याचा आणि अननसाचा ज्यूस कोणाला वाटल्यास थंडगार बियर आणि रीझलिंग वाईन. सगळं व्यवस्थित मांडूनच अंघोळ करून मलमलचा सदरा चढवून मी बसतो एवढ्यात अंत्या आलाच.

"च्यायला! त्या थंड बाईसाठी तू एवढी तयारी केलीस? फीस्ट आहे की काय? नेहमी आपण जिन आणि चण्यांवर भागवतो."

"मजा कर अंत्या, मजा कर. कालच पिक्चरचा ॲडव्हान्स मिळालाय."

"अरे वा! ह्या खेपेला तुला वेळेवर पैसे मिळाले?"

"पुढचे हप्ते मिळणार आहेत की नाहीत, कसं सांगू? पण प्रोड्युसर हातघाईवर आलाय."

"छान. काय रे, ही बया केव्हा येणाराय?"

"साडेसात. अजून एक तास आहे. तुला कपडेबिपडे बदलायचेत? हातपाय धुवायचेत?"

"हॅः! फक्त कोट आणि टाय काढून ठेवतो. काय रे, ह्या फ्लॅटचं भाडं काय?"

"मी कुठं भरतोय? फ्लॅट भरतचा ओनरशिपचा आहे आणि तो गेलाय अमेरिकेत."

"हा भरत कोण?"

"पटेल. मूळ युगांडातला आहे. इदी अमीनच्या वेळी इकडे आला.

ओळख झाली, वाढली.''

''अरे! थोडं म्यूझिक लाव न! क्लासिकल काही आहे का?''

''गायन का वादन?''

''गायन. बैठकीची टेप लाव. पंडितजींची आहे का एखादी?''

पंडितजी म्हणजे ग्वाल्हेरचे कृष्णाराव शंकर पंडित. आम्ही त्यांच्या गाण्याचे लहानपणापासून भक्त.

''अरे फर्स्ट क्लास बैठक आहे. १९६५ ची. यमनचा ख्याल, चीज, तराणा. मग नंद. मग काफीचा टप्पा. मग शंकरा. मग तिलंगमधली ठुमरी. मग मालकंसमधला चतुरंग. मग बसंत, जोगिया आणि ललत, थेट भैरवीपर्यंत!''

''चार तासांचा प्रोग्रॅम दिसतोय!''

''अरे काय भक्कम गायलेत. एकदम डेरेदार.''

मी टेप लावली आणि नकळत आम्ही दारू प्यायला सुरुवात केली.

४

दारावरची बेल वाजली.

मी दार उघडलं तर दारात ललिता होनावर.

''या!''

''सॉरी, मला उशीर झाला!''

वांग्यासारख्या जांभळ्या रंगाची आणि हिरव्या आणि हळदी काठाची रेशमी साडी बाई नेसली होती. कपाळावर ठसठशीत टिकली. कानांत कुड्या आणि घट्ट अंबाडा. बाईचा पिवळसर गोरा रंग साडीमुळे जास्त उठून दिसत होता.

किंमती फ्रेंच सुगंधाची झुळूक घेऊन ती आत आली. मी अंत्याची ओळख करून दिली.

''मी बघितलंय यांना कॉलेजात.''

अंत्या स्पष्टवक्ता. ''तुम्ही आम्हाला कुठून बघणार?'' तो म्हणाला, ''कोणाकडेही ढुंकून पाहात नाही अशी तुमची ख्याती होती. शिवाय आम्ही कॉलेजच्या चार वर्षांत वर्गात फारसे जात नव्हतोच.''

''तुम्ही सर्वजण सकाळी लिबर्टी लाँड्रीच्या पायरीवर बसायचात. आणि

तुमच्यापैकी एकानं मी त्या बाजूनं जाताना मोठ्याने द फुल मून इन विंटर असं ओरडून मला छेडून हशा पिकवला होता!''

''तो मी नव्हे, तो ओक.''

''तो चपट्या नाकाचा, घाऱ्या डोळ्यांचा आगाऊ माणूस?''

''एक्झॅटली! तुमची मेमरी चांगली दिसते.''

''तुमचा ग्रूप कोणाच्याही लक्षात यावा असा होता. कॉलेजात असून नसल्यासारखे वावरणारे लोक म्हणून. तसा तुमचा कोणालाच त्रास नव्हता पण विशेषतः प्रत्येक मुलीकडे टक लावून बघणं आणि मुलामुलींपासून प्रोफेसरांपर्यंत सर्वांना विचित्र नावं देणं यासाठी तुम्ही प्रसिद्ध होता.''

''ड्रिंक काय घेणार?'' मी विचारलं, ''आम्ही जिन घेतोय पण तुम्हाला चालत नसेल तर रीझलिंग वाईन किंवा बियर किंवा फ्रूट ज्यूस आहे.''

''मला वाईन आवडेल,'' बाई म्हणाली. मी तिला वाईन दिली.

''चिअर्स!''

''तुमचं चालू द्या. खरं म्हणजे मी अनाहूत पाहुणी आहे. कॉलेजातले दोन मित्र पन्नाशी उलटल्यानंतरही नियमित भेटतात याचं इतकं कुतूहल वाटलं की म ला राहवेना. तुम्हाला कदाचित ठाऊक असेल की मी समाजशास्त्राची अभ्यासक आहे. स्त्रियांच्या मध्यमवयीन एकाकीपणावर मी एक इंग्रजी पुस्तक लिहिलंय. पुरुषांबद्दलही असंच पुस्तक लिहायचा माझा विचार आहे.''

''आम्ही पुरुष आहोत हे कबूल,'' अंत्या म्हणाला, ''आम्ही मध्यमवयीन आहोत हेही कबूल, पण आम्ही एकाकी कशावरून आहोत?''

''हा पेशानं वकील आहे. जरा सांभाळून,'' मी म्हटलं.

''तरीच जणू काय मी आरोप केलाय असं गृहीत धरून माझी उलटतपासणी करतायत. अहो, मी तुमचा अभ्यास करायला इथं आलेली नाही. ह्यांनी जेव्हा मला सांगितलं की तुम्ही नियमित एकत्र येऊन तीस-पस्तीस वर्षं एकमेकांशी गप्पा मारता तर मला ते फारच विलक्षण वाटलं.

''हे लेखक. तुम्ही वकील. तुमच्या व्यवसायांत आणि स्वभावांत काहीच साम्य नाही. तरी...''

''हे पण तुम्ही गृहीतच धरताय. अहो, हा अंत्या आता वकील असला तरी एके काळी कवितासुद्धा करायचा. गाण्याची, चित्रपटांची आम्हाला सारखीच

आवड आहे. शिवाय नशा करायची आणि ती एकत्र एंजॉय करायची. पूर्वी आम्ही भांग, चरस, गांजा एकत्र घ्यायचो आणि शहरभर भटकायचो. आता नेमस्तपणे आम्ही दारू पितो. आम्ही आमच्या व्यसनांचा कोणालाच त्रास होऊ दिला नाही. नशेत संगीत ऐकणं आणि एकमेकांशी संवाद करणं हीच आमची खरी आवड आहे.''

थोडा वेळ कोणीच काही बोललं नाही. पंडितजींची टेप चालूच होती. नंद राग संपून अचानक काफीचा टप्पा सुरू झाला : ''मियाँ जानेवाले.'' ग्वाल्हेरच्या सांगीतिक शस्त्रागारात तळपत्या तलवारींसारखे फिरणारे जे अवीट टप्पे आहेत, त्यांतला सर्वांत लोकप्रिय. कृष्णाराव शंकर पंडितांपासून आणि राजाभैया पूँछवाल्यांपासून थेट शरच्चंद्र आरोलकर आणि जाल बालपोरियांपर्यंत अनेकांच्या तोंडून ऐकलेला. मूळ बंदीश एकच पण प्रत्येक जण तिच्यात वेगवेगळा रंग भरतो. दूर जाणाऱ्या प्रियकराची आर्जवं करणाऱ्या प्रेयसीचं त्यात लाघव आहे. कृष्णराव मुळात मर्दानी ख्यालिये. त्यांच्या बीनसारख्या पिळदार मींडयुक्त खर्जाची खुमारी हे त्यांचं वैशिष्ट्य. पण हा टप्पा गाताना पंडितजींची आश्चर्यकारक फिरत, अद्‌भुत बेहलाव, लखलखते उठाव, घरंगळत्या मींडा, लोचदार समा आणि एकूणच लडिवाळ लयकारी पुन्हा पुन्हा ऐकावी.

''अल्लाऽऽदी कसमऽऽ त्वाणूऽऽ''

अंत्या ललिता होनावरचं अस्तित्व विसरून गेला. डोळे मिटून त्यानं ठेका धरला होता आणि आडवळणं घेत पंडितजी हूल देत देत अचानक बारीक मुरकी घेऊन समेवर आले की खुलून दाद देत होता.

''हे गाणारे कोण?'' ललिता होनावरनं मला हळूच विचारलं.

''ग्वाल्हेरचे कृष्णराव शंकर पंडित. तुम्हाला क्लासिकल संगीताचा कंटाळा तर येत नाही ना?''

''छेः! छेः! तसं नाही. माझी एक बहीण तर गातेसुद्धा. पण मी त्या वाटेला कधीच गेले नाही. मला ते कळत नाही. अनोळखी वाटतं. त्या मानानं पाश्चिमात्य संगीत मी जास्त ऐकलंय. माझं सगळं शिक्षण इंग्रजी माध्यमात झालं. घरी आम्ही कोकणी बोलतो. मराठी येतं मुंबईत राहिल्यानं. पण बोलायची सवय नाही. वडील आय.सी.एस. होते. ते आमच्याशीही इंग्रजीच बोलायचे.''

टप्पा संपला.

‘‘टेप थांबव जरा,’’ अंत्या म्हणाला, ‘‘एकदम ऐकली तर अपचन होईल.’’

मी टेप थांबवली.

५

यजमान मीच असल्यामुळे दारू ओतणं, खाद्यपदार्थांच्या बशा पुढे करणं ही कामं मलाच करावी लागत होती. ललिता होनावरबद्दल वाटणारं आश्चर्य वाढतच चाललं होतं.

बघता बघता पाऊण बाटली वाईन तिनं संपवली होती. खाण्याकडेही तिचं दुर्लक्ष नव्हतं. आमच्या दोघांकडे, विशेषतः अंत्याकडे ती बारकाईनं पाहत होती. अंत्या मात्र पूर्णपणे आपल्याच विश्वात होता. मधेच एकदा त्यानं चित्रपट संगीतकार मदनमोहनचा विषय काढला. मग मीही मदनमोहननं बागेश्री ह्या एकाच रागात किती वेगवेगळी गाणी रचलीत याची सप्रयोग आठवण काढली. त्यानंतर आमच्या इतर मित्रांच्या आठवणी निघाल्या. कॉलेजातला आमच्या ओळखीचा एकजण हल्ली फार मोठा स्मगलर झालाय ते निघालं. नंतर आणखी एकाची बायको घटस्फोटाची केस घेऊन अंत्याकडेच कशी आली आणि त्यानं तिला दुसरा वकील कसा दिला ते झालं.

सरासरी समाजातल्याप्रमाणेच आमच्या सहाध्यायांमधून कारकून, सेल्समन, डॉक्टर, इंजिनियर, वकील निघाले. काही गरीब होते किंवा झाले, काही श्रीमंत, बहुसंख्य मध्यमवर्गीय. काही परदेशी निघून गेले. काही भारतातच विखुरले. बहुतेक मुंबईतच चिकटून राहिले. काही गायक, वादक, लेखक, कलावंत झाले. काही प्रख्यात क्रिकेटपटू झाले. काही राजकारणात शिरले. काही कंत्राटदार, व्यापारी झाले. नाटक–सिनेमातही कोणी कोणी गेलं. ह्या सगळ्यांची ताजी खबर अंत्याला असायची. कोणीही कुठंही भेटलं की त्याची आणि इतरांची विचारपूस करायची त्याला सवयच आहे. आपल्या समकालीनांची एक प्रचंड सूचीच त्याच्या डोक्यात असते. आज ललिता होनावरची लेटेस्ट माहिती त्या सूचीत जमा झालेली होती याबद्दल मला खात्री होती. रुईया कॉलेजाची रियासत लिहायची झाली तर १९५० आणि १९६० च्या दोन दशकांपैकी बराचसा भाग अंत्या एकटाकी लिहू शकला असता. पदवी मिळविल्यानंतरही काही वर्षं तो

आणि माझे इतर काही मित्र नियमित फेऱ्या टाकायचे. शिवाय आमचे काही मित्र पुढे प्राध्यापक बनलेले होते. संथपणे वकिली चालवत चालवत अंत्या आपल्या काळाचा इतिहास न्याहाळत होता. त्याचं बोलणं ऐकताना ललिता होनावर तर स्तिमितच होऊन गेली होती, हे माझ्या ध्यानात आलं.

६

''इफ यू डोण्ट माइण्ड, एका प्रश्नाचं अगदी स्पष्ट उत्तर द्याल का? तुम्ही दोघंही?''

''अहो, ड्रिंक इतकं झालंय,'' अंत्या म्हणाला, ''की स्पष्ट बोललेलंसुद्धा अस्पष्ट वाटेल!''

''विचारा!'' मी म्हटलं.

''द फुल मून इन विंटर ह्या टायटलचा नेमका अर्थ काय?''

''नाही, म्हणजे मराठीत आम्ही हिवाळ्यातली पौर्णिमा असंसुद्धा म्हणायचो.''

''तसा अर्थ नाही विचारत मी. एका विशिष्ट व्यक्तीला – म्हणजे मला – हे नाव का दिलं? माझ्या संदर्भात त्याला काय अर्थ आहे?''

''मी सांगायचा प्रयत्न करतो,'' मी म्हणालो,

''पण आता इतक्या वर्षांनंतर तुम्ही ते पर्सनल मानू नका. तीस-पस्तीस वर्षांपूर्वीच्या, नुकत्याच तारुण्यात आलेल्या आणि तरुण मुलींच्या सहज सहवासात येऊ न शकणाऱ्या मुलांकडे आपण पाहतोय. कबूल?''

''कबूल. बेलाशक पुढं बोला.''

''तुम्ही रंगानं गोऱ्या, देखण्या. उच्चवर्णीय आणि उच्चवर्गीय. आम्ही मराठी माध्यमवाली कनिष्ठ मध्यमवर्गीय मुलं. तुम्ही अस्खलित इंग्रजी बोलणाऱ्या. आपल्याच तोऱ्यात तुम्ही वावरायचात. तुमच्या चेहऱ्यावर कायम एक कडक इस्त्रीचा आविर्भाव. बाकीचं जग तुच्छ आहे किंवा अस्तित्वातच नाही असं वागणं. कुणाशीच हसून-खेळून बोलताना तुम्ही दिसला नाहीत. अंतर ठेवून वावरायचात. थोडक्यात, दिसायला रूपवती म्हणून 'द फुल मून' पण थंड वागणुकीच्या, दूर राहणाऱ्या आणि कळायला कठीण म्हणून 'इन विंटर'. काय अंत्या?''

"तूच सांग बाबा, कवी तू आहेस."

"अरे, पण तू वकील आहेस आणि हे संभाषण दिवाणी दाव्यासारखं आहे. मला वाटतं ह्या काहीतरी तक्रार करतायत."

"तक्रार अजून तरी केलेली नाही. पण काहो, ह्या टायटलचा त्या मुलीच्या मनावर काही परिणाम होईल असं नाही वाटलं तुम्हाला?"

"अहो, आम्ही चार वर्षं परिणामाची वाट पाहिली. तुम्ही साधं वळून पाहिलं नाही. उलटून बोलणाऱ्या, चप्पल काढणाऱ्या, प्रिन्सिपॉलकडे तक्रार करणाऱ्या कितीतरी मुली होत्या. त्यांची प्रतिक्रिया हीच आम्हाला पावतीसारखी होती. त्या आमच्याकडे लक्ष देतात एवढं आम्हाला पुरे होतं. त्यातल्या काही जणी तर पुढे मोकळं बोलायलासुद्धा लागल्या."

"माझ्याशी चार वर्षांत एकही मुलगी कधी बोलली नाही," अंत्या म्हणाला, "नाही म्हणायला एकदा मुद्दाम माझी टिंगल करायला मुलींच्या एका ग्रूपमधील एक मुलगी साळसूदपणे माझ्याकडे आली आणि म्हणाली 'माटुंगा स्टेशनकडे हाच रस्ता जातो का?' मी 'हो' म्हटलं तर एकदम सगळ्या पोरी हसल्या!"

"हाऊ सिली!"

"अहो, त्या वयात ह्या सिलिनेसला वेगळाच अर्थ असतो. मला एकटा आणि ॲबसेंट-माइंडेड पाहून माझी भंबेरी उडवण्यासाठी त्या मुलींनी सगळ्या ग्रूपचा सूड घ्यायला तसं केलं असेल, कारण एरव्ही आमच्याजवळून जाणाऱ्या कोणाही मुलीला आमच्याकडून शाब्दिक आहेर मिळायचाच."

"मी परत आपल्या विषयाकडे वळू का? तुम्ही मला जे थंडपणाचं लेबल जाहीरपणे चिकटवून टाकलं त्यामुळे कॉलेजात सर्वजण माझ्याकडे संवेदनाशून्य, भावनाशून्य, दांभिक, गर्विष्ठ, माणूसघाणी मुलगी म्हणून बघायला लागले असले तर? तुम्ही वकील आहात तर सांगा, ह्यामुळे माझी बदनामी झाली नाही काय? आणि समजा तुम्ही मला ठेवलेल्या ह्या नावामुळे माझ्या मनावर खोल आघात झाला असला आणि माझ्या भविष्याचं नुकसान झालं असलं तर?"

"मिस होनावर, वकील म्हणून तुमचा दावा मी मांडत असलो तर तुमची बदनामी मला सिद्ध करावी लागेल. मानसिक आघाताच्या परिणामांचाही पुरावा द्यावा लागेल. आपल्या भारतीय कायद्यापेक्षा अमेरिकन कायदा कदाचित तुमच्या

पथ्यावर पडला असता.''

''तुम्ही वकील आहात तर न्यायाधीशसुद्धा असू शकता. माझ्यावर अन्याय झालाय असं नाही वाटत तुम्हाला?''

''माय गॉड! मिस होनावर

''आयॅम परफेक्टली सीरीयस,'' वाईनचा रिकामा ग्लास पुढे करत ललिता होनावर म्हणाली.

मी तिची वाईन भरून ग्लास परत दिला. एवढ्यात अंत्या ''एक्सक्यूज मी'' म्हणून बाथरूममध्ये गेला.

''तुम्ही अपसेट झाला नाहीत ना?''

''मी ठीक आहे. खरंतर मी माझा विषय काढायला नको होता ना? वकीलसाहेबच थोडे अपसेट झालेले दिसतात.''

बाथरूमधून परतणाऱ्या अंत्याच्या कानांवर हे शेवटलं वाक्य पडलं आणि त्यावर नाटकातल्यासारखी एंट्री घेत तो म्हणाला, ''माझं माइण्ड सहसा अपसेट होत नाही. पोट मात्र क्वचित होतं. काय रे, सोडा आहे का साधा?''

मी त्याला सोड्याची बाटली उघडून दिली.

''शाब्दिक आक्रमण किंवा अतिक्रमण जर अजाणतेपणे झालं असेल तर त्याबाबत माफी मागून प्रतीकात्मक शिक्षेची अपेक्षा करता येते. वर्तमानपत्रांचे संपादक माफी मागून बरेचदा मोकळे होतात.''

''पण एका मुलीची छेड काढणं वर्तमानपत्रातल्या बदनामीपेक्षा निराळं नाही का? वर्तमानपत्रांचे संपादक चुका करतात तरी सार्वजनिक हितासाठी मतं किंवा बातम्या छापताना अशा चुका कधी कधी होतात असं मानलं जातं. त्यांचा हेतू दुष्ट होता असं गृहीत धरलं जात नाही. पण ओळखदेख नसलेल्या मुलीबद्दल जाहीर शेरेबाजी करणं हा गंमत म्हणून कोणाला तरी दगड मारण्यासारखा किंवा कोणावर चिखल उडवण्यासारखा प्रकार आहे. त्यात सार्वजनिक हित वगैरे काही येत नाही.''

''तुमचं म्हणणं तत्त्वतः खरं आहे. पण व्यवहारात असली हलकीफुलकी छेडछाड म्हणजे शाळा-कॉलेजातल्या जीवनातील गंमत. गमतीवर बंदी आणणं चांगलं नाही.''

''उद्या तुम्ही रॅगिंगला गंमत म्हणाल. बलात्कारांना गंमत म्हणाल.''

"नक्कीच नाही. पण विनोदाला विनोद म्हणालो तर तुमची हरकत नाही ना?''

"तुम्हाला कशामुळे हसू येतं ह्याच्यावर ते अवलंबून आहे. युगांडाच्या हुकूमशहा इदी अमीनला स्वतःच्या कैद्यांवरचे जीवघेणे अत्याचार विनोदी वाटायचे!''

"मग तुमचं म्हणणं काय? तुम्हाला 'द फुल मून इन विंटर' म्हणणं हा एक अनन्वित पाशवी अत्याचार होता?''

"प्रथम मी ह्यांना एक प्रश्न विचारते. हे कवी आहेत. ह्यांना ह्या शब्दांमुळे काय बोध होतो?''

"हिवाळ्यातली पौर्णिमा ही एखाद्या अभिजात चिनी किंवा जपानी कवितेतली प्रतिमा किंवा चित्र वाटतं. त्यातून अनेक गोष्टी ध्वनित होऊ शकतात.''

"एका स्त्रीच्या संदर्भात?''

"पौर्णिमा ही स्त्रीच्या संबंधात सुंदर चेहऱ्यावरचं रूपक ठरेल.''

"आणि हिवाळा?''

"ते संदर्भावर अवलंबून राहील. संदर्भ दिलेलाच नसला तर त्यामुळे रूपक सूचक, रहस्यमय बनेल.''

"हिवाळा कोणत्या प्रदेशातला तेही ध्यानात घ्यावं लागेल,'' अंत्या म्हणाला, ''उदाहरणार्थ, सायबेरियातला हिवाळा आणि आमच्या कर्नाटकातला हिवाळा ह्यात फरक आहे.''

"अर्थ मुळातच संदिग्ध असला तर तो फक्त बदनामीकारकच आहे असं म्हणता येत नाही.'' आतापर्यंत ललिता होनावर संयमी स्वरात बोलत होती. आता अचानक तिच्या चेहऱ्याचा आणि स्वराचा तोल विसकटला. एखाद्या फिस्कारणाऱ्या मांजरीप्रमाणे ती म्हणाली,

"आता मात्र तुमच्या पुरुषी दुटप्पीपणाची कमाल झाली! स्त्रीलासुद्धा तुम्ही कवितेत आणि प्रत्यक्षातसुद्धा एक खेळणं मानता. 'द फुल मून इन विंटर' म्हणताना तुम्हाला असं म्हणायचं होतं की मी थंड रक्ताची, फ्रिजिड स्त्री आहे, एक गोठलेली किंवा गारठलेली मुलगी आहे. मला 'मिस आइसबर्ग' असंसुद्धा तुमच्यापैकी काहीजण म्हणायचे. एकूण काय तर तुमच्या अधाशी पुरुषी नजरांकडे दुर्लक्ष केल्याबद्दल तुम्ही माझा सूड घ्यायला पाहत होता. निदान आता तरी पन्नाशी उलटल्यावर तुमच्या हे लक्षात यायला हवं! मी जर तुमच्या नजरांना

नजर दिली असती, सवालांना जबाब दिले असते, एखाद्या पोराबरोबर फिरले असते तर मग मी तुमच्या समाजात आले असते. तुम्हाला कसंही करून मला तुमच्यात खेचायचं होतं.''

सगळंच वातावरण अचानक स्तब्ध झालं. पण ते तिच्या फणकाऱ्यानं क्षुब्धसुद्धा झालं होतं. ती उठून बाथरूमचा रस्ता विचारून बाथरूमध्ये गेली तेव्हा अंत्या हळूच म्हणाला, ''च्यायला! अवघड आहे. तू ह्या बाईपासून सांभाळून राहा. मी तर जातोच आता.''

''ए बाबा! प्लीज थांब. मी एकटा हे हँडल करू शकणार नाही.''

७

मिस् होनावर बाथरूमधून आली आणि म्हणाली, ''आयम रियली एंजॉइंग धिस. खरं तर मी तुमच्यात नवखी आहे. पण जणू काय कॉलेजातही आपली मैत्रीच होती इतकं मोकळं वाटतंय मला.''

''आम्हाला कॉलेजात एकही मैत्रीण नव्हती. मला तर पुढेही नव्हती कधी. ह्याला असतील. हा जगभर हिंडलाय. माझं म्हणाल तर मी बाळबोध माणूस. सरळ लग्न करून बायको आणली. आणि तसाच सरळ संसार केला.''

''तुम्हाला कॉलेजात मैत्रिणीच नव्हत्या?''

''अहो आम्ही रुबाबदार नव्हतो, श्रीमंत नव्हतो, ध्येयवादी नव्हतो, हुशार नव्हतो, खेळाडू नव्हतो, नट नव्हतो, गायक नव्हतो, नुसतं तरुण असणं पुरेसं नाही भारतात मैत्रिणी मिळवायला!''

''तुमच्या त्या नेमाड्यांच्या कादंबऱ्या वाचल्यात मी. त्यांत 'कारे लोक' अशी एक कॅटेगरीच आहे पुरुषांची.''

''काय रे, ह्या म्हणतात ते खरं आहे का?'' अंत्यानं विचारलं, ''मी नेमाडे बारकाईनं वाचलेला नाही, मला फक्त 'कोसला' आठवते.''

''पण तुमचं काय?'' मिस् होनावर माझ्याकडे वळून म्हणाली, ''तुमच्या कथा, कविता, नाटकं, सिनेमा ह्यात स्त्रीच केंद्रबिंदू आहे असं म्हणतात. पण तुम्ही एकतर स्त्रीचं पाशवीकरण करता किंवा तिला रोमँटिक आदिशक्ती बनवता असा माझा समज आहे.''

''आता मला कोर्टात खेचताय वाटतं?''

‘‘तुमचे परममित्र वकील आहेत.’’

‘‘माझ्या मित्रानं माझं सगळं वाङ्मय नीटसं वाचलेलंही नसेल. म्हणूनच आमची मैत्री आहे. माझी इतर वकिली तो आनंदानं करील. पण माझ्या वाङ्मयाची वकिली करणं त्याला जड जाईल. मी डिफेन्सलेसच आहे म्हणा ना!’’

‘‘एक प्रश्न विचारू?’’ मिस् होनावर म्हणाली, ‘‘पण अगोदर मला काहीतरी स्ट्राँग ड्रिंक द्या!’’

अंत्याचा चेहरा गंभीर आणि काळजीग्रस्त झालेला मी पाहिला. तरी धीरोदात्तपणे मी विचारलं, ‘‘चॉइस कमी आहे. जिन चालेल? की रम? की ब्रँडी?’’

‘‘ब्रँडी? आय लव्ह सेम. प्लीऽऽज?’’ गोट्या कपाळात! मी नव्या ग्लासात ब्रँडी ओतून तिला दिली.

‘‘थँक्स!’’ तिनं ब्रँडीचा घोट घेतला. मी घटा घटा माझी जिन संपवली.

‘‘प्रश्न विचारा आता.’’

‘‘नाजूक आहे.’’

‘‘आता आणखी नाजूक काय असणार?’’

‘‘तुमची दोघांचीही लग्नं झालीत?’’

‘‘झालीत.’’

‘‘तुम्हाला मुलं आहेत?’’

‘‘मला एक मुलगा. ह्याला एक मुलगी आणि एक मुलगा.’’

‘‘मुलं वयात आलीत?’’

‘‘हो. माझ्या मुलाचं तर लग्नही झालंय. मला एक नातू आहे चार वर्षांचा.’’

‘‘अनेक वर्षं तुमच्या बायका तुमच्याबरोबर नांदल्यात.’’

अंत्या म्हणाला, ‘‘हे फक्त त्या बायकाच सांगू शकतील.’’

‘‘तीस-पस्तीस वर्षांपूर्वी तुम्ही माझी छेड काढलीत. मला ‘दि फुल मून इन विंटर’ असा किताब दिलात. पण समजा, त्या वेळी मी तुमच्यापैकी एकाला प्रतिसाद दिला असता. हिंदी सिनेमातल्याप्रमाणे बोलाचालीतून मैत्री जमली असती तर तुम्ही माझ्याशी लग्न केलं असतं?’’

‘‘माझ्या बाबतीत ते अशक्यच,’’ अंत्या म्हणाला, ‘‘कारण मी मूळ कानडी माणूस. मुंबईतला म्हणून मराठी मातृभाषेसारखी बोलतो. पण माझं इंग्रजी कच्चं आहे. इंग्रजी माध्यमाची बायको मला कधीच झेपली नसती.’’

''का?''

''अहो, कानडीत किंवा मराठीतही मी बायकोला अजून उलट उत्तर देऊ शकलेलो नाही. इंग्लिश? इंपॉसिबल!''

''आणि तुमचं काय म्हणणं आहे?''

''इट्स अ टॅटलायझिंग क्वेश्चन, मिस् होनावर,'' मी म्हणालो, ''माझं इंग्रजी वाईट नाही. आणि तेव्हा, तेव्हाच कशाला आत्तासुद्धा, यू आर व्हेरी, व्हेरी अॅट्रॅक्टिव्ह!''

''इन द लाँग रन, नो वाईफ इज अॅट्रॅक्टिव्ह!''

''माझी बायको मला अजून अॅट्रॅक्टिव्ह वाटते!''

''सारे जहाँसे अच्छा, हिंदोस्ताँ हमारा!''

अंत्याला हे ऐकून अनावर हसू आलं. तोही गायला लागला, ''हम बुलबुले हैं इसकी यह गुलिस्ताँ हमारा''

''आर व्हेरी सेक्सी, मिस् होनावर,'' मी म्हणालो, ''आय डोंट थिंक आय वुड रेझिस्ट यू!''

''हे तात्त्विक पातळीवर ठीक आहे. पण आयॅम पास्ट माय क्लायमॅक्स आणि तरी अजून नुसती अविवाहितच नाही, खरोखर कुमारिकासुद्धा आहे.''

इतक्यात बेल वाजली.

मी दार उघडलं.

''हाय डिपी! अरे! अंत्या! काय, पार्टी चालू आहे काय?'' दामू आत येत म्हणाला. गळ्यात टाय हातात औषधांच्या सॅंपल्सची बॅग. इतक्यात ललिता होनावरकडे लक्ष जाऊन तो थबकला.

''मिस् होनावर, मीट दामू. माझा मित्र. कॉलेजातला नाही, नंतरचा. दामू ह्या मिस् ललिता होनावर. आमच्याबरोबर कॉलेजात होत्या.''

''हॅलो!''

''काय पितोस दामू? काय खातोस? टेबलावर मांडलंय सगळं.''

''तुम्ही आराम करा . मी जरा वॉश घेऊन येतो.'' दामू सरळ बाथरूममध्ये गेला.

''हा दामू. हा फार्मास्युटिकल सेल्समन, नाटककार, कथाकार, कवी आणि जीवनाचा भोक्ता आहे.''

''हे अचानक इतक्या उशिरा आले?''

‘‘माझे सगळे मित्र अचानक येतात. वेळेवर येणं फक्त धंदेवाईक संबंधात असतं.’’

‘‘इट्स बिगिनिंग टू बिकम अ क्राऊड!’’

‘‘दामू एक फँटॅस्टिक माणूस आहे.’’

‘‘पन्नाशी उलटलेला?’’

‘‘सर्वच फँटॅस्टिक माणसांची पन्नाशी उलटलीय, मिस् होनावर, पण त्यानं काय फरक पडतो?’’

दामू परत आला. ‘‘सॉरी यार. सॉरी मिस् होनावर. मी व्यत्यय आणला.’’

‘‘इकडे आण तो व्यत्यय,’’ अंत्या म्हणाला, ‘‘मला व्यत्ययाची फार जरुरी आहे.’’

‘‘आपण बाल्कनीत जाऊया का?’’ ललिता होनावरनं विचारलं.

‘‘अं? जाऊया की!’’

आम्ही बाल्कनीत गेलो. समोर समुद्र होता. त्याचा खारा वारा येत होता.

‘‘ऑन सेकंड थॉट्स,’’ मी म्हणालो, ‘‘मीसुद्धा तुमच्याशी लग्न केलं नसतं!’’

‘‘ओ! हाऊ डिसअपॉइंटिंग! पण का?’’

‘‘तुमचं नियंत्रण कसं करायचं तेच मला अजून कळलेलं नाही.’’

‘‘लग्न म्हणजे नियंत्रण?’’

‘‘हो परस्परनियंत्रण. समजूतदार सत्तास्पर्धा.’’

‘‘मी कशावरून समजूतदार नाही?’’

‘‘समजूतदार माणसांचं कौमार्य पन्नाशीपलीकडे टिकत नाही.’’

‘‘का?’’

‘‘कौमार्य शरीराचं असतं. शरीराला वय असतं. वयाबरोबर शरीराचा अर्थच बदलत जातो. विटाळ संपला की बाई माणूस बनते. म्हणजे पुरुष नव्हे. निव्वळ व्यक्ती.’’

‘‘आणि व्यक्तीला लैंगिक जीवन नसतं?’’

‘‘असतं. माणसांना कायम लैंगिक जीवन असतं. पण उत्तरोत्तर अर्थहीन बनत जातं.’’

‘‘अर्थहीन? मुलांना जन्म देता येणं हाच तुम्ही लैंगिक जीवनाचा अर्थ मानता?’’

"लैंगिक जीवनाचे दोनच अर्थ मला समजलेले आहेत. एक ऑर्गेझम किंवा रतिनिरास. दुसरा नैसर्गिक जननप्रक्रिया. पहिला प्रकार निसर्गापासून मुक्त होण्याची इच्छा धरतो. दुसरा प्रकार निसर्गात सामावतो. तुम्हाला मूल होणं शक्य नसलं किंवा नको असलं तर तुम्हाला निसर्गापासून मोकळं व्हायचं असतं. मानवी संसारापासूनसुद्धा मोकळं व्हायचं असतं. संपूर्णपणे स्वतःच्या सुखासाठी प्रकट होणारी लैंगिकता भारतीयांनी अ–मानवी मानली आहे. शिव आणि शक्तीच्या मैथुनातून संसार उत्पन्न झाला खरा पण शिव आणि शक्ती स्वतःतच मग्न आहेत. ती वेगळी झाली तर प्रलय होईल. अस्तित्वच नाहीसं होईल. माणसांचं प्रजनन दोन लिंगांच्या एकत्र येण्यावर अवलंबून आहे. पुरुष आणि स्त्री एकत्र न आल्यास सृष्टीचं चक्रच माणसापुरतं खिळेल. पण जननक्षमता उत्पन्न होण्यापूर्वीपासून लहान वयातही आपल्याला बीजरूपानं लैंगिकता असते. जननक्षमता संपुष्टात आल्यानंतरही वयस्क माणसांत लैंगिकतेच्या खाणाखुणा कायम शिल्लक असतात. एकूण जीवनेच्छेपासूनच लैंगिकता अलग करता येत नाही. एखाद्या बाईचं मूल होण्याचं वय उलटून गेल्यानं काही तिची लैंगिकता नष्ट होत नाही. तुम्ही शीत कटिबंधातील पानगळ पाहिली आहे? पानं झडून जाण्यापूर्वी झाडाची पानं विविध रंगांनी झळाळून जातात. पानं गळल्यानंतर निष्पर्ण झाडं बर्फाळ हिवाळ्यातही उभीच असतात. मरत नाहीत. वसंत ऋतूत पुन्हा त्यांना पालवी फुटते.''

"पण माणसांत आणि झाडांत फरक आहे. माणसांचा वसंत ऋतू एकदाच येतो. पानगळ एकदाच येते. हिवाळा आल्यावर माणसं कायमची संपून जातात,'' ती म्हणाली. "आणि तुम्ही मला 'द फुल मून इन विंटर' म्हणाला होता. हिवाळ्यातली पौर्णिमा. म्हणजे जीवन संपल्यानंतरच्या वैराण देखाव्यावर उगवलेला चंद्र!''

"सॉरी, मिस् होनावर. तरुणपणाच्या आमच्या त्या शेऱ्याचा आणि आताच्या माझ्या ह्या बोलण्याचा संबंध नाही. कृपा करून तुम्ही गैरसमज वाढवून घेऊ नका.''

"माझा अजिबात गैरसमज झालेला नाही.''

८

मिस् होनावर एकटीच एका आरामखुर्चीत डोळे मिटून बसली होती.

अंत्यानं पंडितजींची टेप पुन्हा सुरू केली होती. टेपवर पंडितजी बसंत रागातली चीज गात होते : ''पियाऽऽ संगऽऽ खेलो होरी.''

दामू खाजगी स्वरात म्हणाला, ''ही बाई कोण डिपी? एकदम ज्यूस दिसते ज्यूस! घेतलीस का नाही अजून तिला? आय थिंक शी इज अप टु समथिंग! एकदम गोष्टीतल्यासारखं वाटतं. अंत्यानं सांगितलं मला. तुमच्याबरोबर कॉलेजात होती तेव्हा तुमची ओळखसुद्धा नव्हती. आणि आता एकदम येऊन काहीतरी निमित्त काढून येऊन चिकटली. यू आर डॅम लकी! मजा कर डिपी. मी अंत्याला घेऊन जाऊ का?''

''त्यापेक्षा तू आणि अंत्या तिला घरी का पोचवत नाही? तिची गाडी आहे.''

''मग तीच आम्हाला टॅक्सीपर्यंत सोडू शकेल.''

इतक्यात आरामखुर्चीत चाळवाचाळव झाली. मिस् होनावरनं आपला ग्लास रिकामा केला आणि आमच्या दिशेनं पाहत ती म्हणाली,

''आर यू कन्सपायरिंग टु गेट रिड ऑफ मी? मला अजिबात घरी जावंसं वाटत नाही. तीन तीन पुरुषांच्या कंपनीत एकटी असण्याचा अनुभव मी आयुष्यात प्रथमच घेतेय.''

दामू म्हणाला, ''फील फ्री. दोन दोन पुरुषांच्या कंपनीत एकट्या स्त्रीबरोबर ड्रिंक घ्यायचा अनुभव मलाही नवीन आहे.''

''एक सांगा,'' ती म्हणाली, ''तुम्ही पुरुष पुरुषच एकत्र जमून दारू का पिता?''

''ब्रदरहुड,'' दामू म्हणाला, ''सॉलिडॅरिटी.''

अंत्याला जाग आली. ''अहो मी सांगू? बायकांसमोर बोलता येत नाहीत अशा अनेक गोष्टी जगात आहेत.''

''आम्ही आपसात बायकांविषयी बोलतो,'' दामू म्हणाला, ''ते बायकांना कळण्यासारखं नसतं. कारण बायकांना बायका म्हणजे पुरुषांच्या दृष्टीनं काय हे कधीच कळत नाही.''

''तुम्ही स्त्रीद्वेष्टे आहात?''

''छे छे! मी स्त्रियांचा भोक्ता आहे!''

''भोक्ता का उपभोक्ता?'' अंत्यानं विचारलं.

"नाही. बंगालीतल्यासारखा भोक्तो. म्हणजे भक्त."

"तू तर पोरोमभोक्तो आहेस," मी म्हणालो.

"आजची पार्टी म्हणजे एक फँटसीच आहे," दामू म्हणाला.

"मी असं ऐकलंय आणि वाचलंय की एकटी स्त्री अनेक पुरुषांबरोबर एकांतस्थळी असली तर तिच्यावर सामूहिक बलात्कार होण्याची शक्यता असते."

दामूचे डोळे चमकले, "ही तुमची फँटसी आहे का?"

"बलात्कार शरीरावरच होतो असं थोडंच आहे?" मिस् होनावर म्हणाली, "तो मनावरसुद्धा होऊ शकतो. आम्ही कॉलेजात असताना ह्या लोकांनी मला 'द फुल मून इन विंटर' असं नाव दिलं होतं. कॉलेजभर हे नाव झालं. शिवाय मला हे लोक 'मिस् आईसबर्ग' असं पण म्हणायचे."

"मी तुम्हाला मिस् आइसफ्रुट म्हणालो असतो. कारण यू आर सो ज्यूसी!"

"दामू! सांभाळून!" मी कुजबुजलो.

"पण तुम्ही मला अजिबात थंड वाटत नाही," दामू म्हणाला, "यू लुक सो लाइव्हली, सो वॉर्म! ह्या लोकांना कळलंच नाही,"

"तुम्ही मुद्दाम माझी स्तुती करताय."

"मी आपोआप तुमची स्तुती करतोय," तिच्या दिशेनं जात दामू म्हणाला. अंत्याचा चेहरा काळजीग्रस्त झाला. त्याच्या बाळबोध, पापभीरू मनाला घडणारा प्रसंगच पटत नव्हता.

"तुम्ही माझी फिरकी घेताय!"

"मी तुमच्याभोवती गिरकी घेतोय," दामू म्हणाला. आणि खरोखरच त्यानं गिरकी घेतली. इंग्रजी सिनेमातले मध्ययुगीन सरदार जसे सुंदर स्त्रीपुढे गुडघे टेकून तिच्या हाताचं चुंबन घेतात तसं दामूनं तिच्या हाताचं चुंबन घेतलं. ती हिस्टेरिकल झाल्याप्रमाणे हसत सुटली तसा तो भांबावून बाजूला होऊन उभा राहिला.

"अजून मध्ययुगीन शिलेदारी शिल्लक आहे तर," मिस् होनावर म्हणाली.

"दामूचा जन्म चौदाव्या शतकातला आहे," मी म्हणालो.

"मी बाविसाव्या शतकातील व्यक्ती आहे." ललिता होनावर म्हणाली, "मला चौदाव्या आणि विसाव्या शतकात फारसा फरक दिसत नाही. त्या काळी म्हणे पुरुष असायचे."

"म्हणजे काय, बाविसाव्या शतकात पुरुषच नसतील?" अंत्यानं विचारलं.

"अरे आपले अवशेष तरी असतीलच," दामू म्हणाला,

"तुम्हा सर्वांना इतिहासाचं एवढं काय वाटतं? अरे चांगले लोक वाट्टेल तेव्हा होतात. बरं. एक्सक्यूज मी. मी जरा लुंगी नेसून येतो. मला जमिनीवर बसावंसं वाटतंय," आपली काळी बॅग घेऊन दामू आतल्या खोलीत गेला. थोड्या वेळानं तो लालभडक लुंगी नेसून हातात एक पुंगी घेऊन आणि दुसऱ्या हातात बॅग घेऊन परतला; फतकल मारून खाली बसला. "हे काय?" त्याच्या हातातली पुंगी पाहून मी म्हणालो.

"ही आमच्या कंपनीनं दिलेली नवी डीटेलिंग एड आहे. बॅगेत नागसुद्धा आहे जिवंत," बॅग उघडत दामू म्हणाला.

"त्यानं पुंगी वाजवायला सुरुवात करताच बॅगेतून नाग बाहेर आला. मिस् होनावर किंचाळून माझ्याकडे आली आणि मला मिठी मारून ओरडू लागली. "प्लीज. प्लीज! ते जनावर बॅगेत ठेवा!"

"ह्या नागाची विषग्रंथी काढून टाकलेली आहे," दामू म्हणाला, "हा एक पोशाखी गांडूळ आहे. फक्त दिसायला नाग!"

"तू पुंगी कुठं शिकलास दामू?"

"अरे मल्टिनॅशनल कंपनीत व्यवस्थित ट्रेनिंग दिलं जातं. आम्हाला खजुराहोत नेऊन शिकवलं. चांडेला हॉटेलात आठ दिवस होतो मी. सकाळी लेक्चर्स आणि चर्चा. मग लंच. लंचनंतर पुंगीची प्रॅक्टिकल्स. मग व्हिडिओ फिल्म. मग दारू पिणं आणि जेवण. मधूनमधून मैथुनशिल्पं बघायला फ्री टाईम. मजा आली. माझं वजन एका आठवड्यात दोन किलो वाढलं," असं म्हणून तो पुन्हा पुंगी वाजवू लागला.

"टेक दॅट हॉरिबल क्रीचर अवे!" मिस् होनावर पुन्हा ओरडली, "मी बेशुद्ध पडेन!"

९

मिस् होनावरला आता माझ्या बेडरूममधल्या पलंगावर ठेवलं होतं.

जागेचा खरा मालक भरत पटेल. त्यानं इथल्या भिंतीवर प्रख्यात स्पॅनिश चित्रकार व्हेलाझक्केझच्या 'द टॉयलेट ऑफ व्हीनस' ह्या चित्राची प्रतिकृती

टांगलेली होती. ह्या चित्रात व्हीनस एका कुशीवर पाठमोरी आणि विवस्त्र असून आरशात स्वतःचा चेहरा पाहत आहे. अर्थात तो चेहरा आपल्याला दिसण्याचाही एवढा एकच मार्ग होता.

ललिता होनावरसुद्धा एका कुशीवर पहुडलेली होती. तिची साडी काहीशी विस्कटलेली असली तरी ती विवस्त्र मात्र नव्हती. तिला दारू फार चढली असं दामूचं म्हणणं होतं. अंत्याचं मात्र म्हणणं होतं की मी डॉक्टरला बोलवावं. कारण बाई अनोळखी, पन्नाशी उलटलेली. तिला काही झालं तर आम्हाला स्पष्टीकरण काय देता येणार? वकील म्हणून त्याला हे सुचलं तरी साधारण शहाणपण म्हणूनही त्यात तथ्य होतं.

"हे पेंटिंग कोणाचं आहे रे?"

"दिएगो व्हेलाझक्केझ. सतराव्या शतकातला प्रख्यात स्पॅनिश चित्रकार"

"ही बाई कोण आहे?"

"व्हीनस."

"चित्राचं नाव?"

"व्हीनसचं सौंदर्यप्रसाधन."

"द फुल मून इन विंटर" मिस् होनावर बरळली, "त्या पेंटिंगचं नाव 'द फुल मून इन विंटर.' इथं कोणी लावलंय ते?"

"तुम्हाला कसं वाटतंय, मिस् होनावर?"

"फाईन, फाईन, नेव्ह 'फेल्ट बेट' इन मा लाइफ, डाहलिंग! मला अजून थोडी वाईन मिळेल का?"

ती एकदम उठून बसली आणि तारवटलेल्या डोळ्यांनी विचित्रपणे माझ्याकडे बघत म्हणाली, "अखेर आणलंतच न मला आपल्या बेडरूममध्ये? आणि तुम्ही तिघंही इथं आहात? शेवटी हा बेडरूम सीनच बाकी होता!"

"तुम्हाला ड्रिंक जास्त झालं. तुम्ही बेशुद्ध झालात."

"असं तुम्हाला वाटायचंच. मी म्हणतेय मला ड्रिंक कमी पडलंय. मी बेशुद्ध पडले ती त्या नागामुळे. कुठं गेला तो नाग?"

"तो वरळीला आमच्या कंपनीच्या हेड ऑफिसात पोचला असेल. गडबडीत तो इथून निसटला."

"मग आता तुमच्या पुंगीचा उपयोग काय?"

द फुल मून इन विंटर १५५

''पुंगीसुद्धा कंपनीचीच आहे. औषधांच्या सँपल्सऐवजी आम्ही हल्ली ती वापरतो.''

''यू आर अ ट्रिकी बॅस्टर्ड,'' ती म्हणाली, ''बट आय लाइक यू! मला जरा वाईन आणून दे. लेट्स ऑल हॅव अनदर ड्रिंक, काय? आणा, आणा, ग्लासेस आणा! हा पलंग फारच कंफर्टेबल आहे हो. किंग साईझ. आपण सर्व त्यावर सहज मावू!''

''तुमचं म्हणणं आपण सर्वांनी इथं झोपून जायचं?'' दामूनं खुशीत येऊन विचारलं.

''एकत्र कुटुंबव्यवस्था संपून गेली,'' अंत्या म्हणाला.

''पूर्वी, आमच्या लहानपणी मुलामुलींच्या रांगा अशा झोपायच्या. त्यामुळेच पुढे आम्हाला लैंगिक शिक्षणाची गरज भासली नाही.''

''आपल्या सर्वांचीच पन्नाशी उलटलीय,'' मिस् होनावर म्हणाली, ''आता लैंगिकदृष्ट्या आपल्या आयुष्याचा निराळाच अध्याय सुरू झालाय.''

''ह्याला सेकंड ॲडॉलसन्स म्हणतात. ह्यानंतर सेकंड चाईल्डहुड येतं. मग सेकंड इन्फन्सी.''

''आणि अखेर पुनर्जन्म!''

''ही घ्या वाईन! अरे? ह्या बाटल्या कुठून आल्या?''

''रिझर्व्हमध्ये होत्या. त्या मघाशी चिल करायला ठेवल्या होत्या. आणि हे काजू.''

दामू गाऊ लागला, ''घे काजू, नको लाजू सजणीऽऽ उलटूनऽ जाईलऽ वय!''

''अरे! हे गाणं कुठलं?''

''माझ्या नवीन नाटकातलं पद आहे,'' दामू म्हणाला, ''किंवा श्वापद आहे कारण ते चार पायांवर चालतं.''

''तुझ्या नवीन नाटकाचं नाव काय?''

''अलिबाग आणि चाळीस चोर''

''अलिबाग?''

''अरे, अलिबाग ग्रेट गाव आहे. फार चांगली मासळी मिळते तिथं. किनारा सुंदर आहे.''

"पण आता मुंबईच्या बिल्डरांनी खराब केलंय म्हणतात!"

"अरे ग्रेट गाव आहे. अजून जादूटोणा वगैरे चालतो तिथं जोरात. मला तिकडे एक मांत्रिक भेटला होता. कोणी शत्रू असला तर सांगा म्हणाला. त्याला हायड्रोसील होण्याची व्यवस्था करतो!"

"सर्व सोडून हायड्रोसील?"

"अरे त्याला गोट्या खेळायची सवय असेल," अंत्या म्हणाला.

"त्यानं एकदा मला दोन मंतरलेली अंडी दिली होती. ज्या स्त्रीला वश करायचं असेल तिला त्याचं आम्लेट घाला म्हणाला. मी अंडी घरी आणली. ती फुटली आणि आमच्या बिल्डिंगमधल्या मांजरीनं ती खाल्ली. तेव्हापासून ती मांजरी सारखी आमच्याच घरी येते."

"अरे! उद्या तू म्हणशील की त्या मांजरीला झालेली पिल्लं तुझ्यापासूनच-"

"मिस् होनावर, तुमचा जादूटोण्यावर विश्वास आहे का?"

"आतापर्यंत नव्हता. पण यापुढे मी अनोळखी माणसानं बनवलेलं ऑम्लेट खाणार नाही."

"ए बाबा!" अंत्या म्हणाला, "उद्याची सकाळ व्हायला आली! अडीच वाजले! मी झोपतो बाहेर सेटीवर. का दुसरी बेडरूम आहे?"

"अरे, पलीकडे दुसरी बेडरूम आहे."

"मग मी जातो तिकडे. मला अलीकडे जागरण सोसत नाही. गुड नाईट!"

"गुड नाईट, वकीलसाहेब!"

अंत्या गेल्यावर ललिता होनावर आपले पाय पलंगावर घेऊन बसली. तिनं वाईनचा एक घुटका घेतला. दामूकडे पाहिलं. वाईनचा दुसरा घुटका घेतला. माझ्याकडे पाहिलं. मग चक्क आळस दिला.

"सॉरी टु बॉदर यू," ती म्हणाली, "तुमच्याकडे मला रात्रीचे कपडे मिळतील का? मला वाटतं तुमची साईझ मला होईल. एखादा कुर्ता? पायजमा नसला तरी चालेल."

समोरचं कपाट मी उघडलं. त्यात दोन मलमलचे आणि एक सिल्कचा असे तीन कुर्ते होते. ते तिच्यासमोर ठेवून मी म्हणालो, "यातून निवडा!"

तिनं एक मलमलचा निवडला.

"चल डिपी, आपण बाहेर बसू," दामू म्हणाला.

१०

मी आणि दामू बाहेर जाऊन बसलो. दामू म्हणाला, ''डिपीऽऽ! डिपीऽऽ! आत जा आणि मजा कर! बाई मघापासून सिग्नल देतेय. मी इकडे बाहेर झोपतो.''

इतक्यात टेलिफोन खणखणला.

''हॅलो! दिलीप चित्रे बोलतोय!''

''हॅलो! तिकडे ललिता होनावर आहे का?'' आवाज बाईचा होता.

''हॅलो! आपण कोण?''

''मी गीता होनावर.''

''प्लीज होल्ड ऑन.''

ललिताला बोलवायला मी आत जाणार तर तीच नुसता मलमलचा कुर्ता घालून बाहेर आली. मी थक्कच झालो. ती संपूर्णपणे विवस्त्र असती तरी मला असा विजेचा झटका बसला नसता.

''फोन... फोन आहे तुमचा...''

''कोणाचा फोन आहे?''

''गीता.''

''गीता? माय गॉड! इथं फोन? हाऊ डिड शी फाइंड आऊट?''

''काय सांगू? की तुम्ही बोलता?''

''टेल हर टु माइंड हर ओन बिझिनेस. जिथं तिथं माझा पाठलाग करते. सांगा, तिची काहीतरी चूक होतेय. इथं कोणी ललिता होनावर नाही.'' मी परत फोन उचलला,

''हॅलो?''

''फोनवर यायची नाही ती. पण मी तुम्हालाच वॉर्निंग देते. तुम्हाला तोंडघशी पाडेल ती. सावध राहा. गेट रिड ऑफ हर बिफोर इट्स टू लेट!'' क्लिक.

''काय म्हणाली ती ?''

''काहीच नाही. माझा आवाज पुन्हा ऐकून फोन बंद केला.''

''बिच.''

''कोण होती ती?''

''गीता. गीता होनावर. माझी सख्खी बहीण आणि जन्माची वैरीण.''

''तिला तुमची काळजी वाटतेय असं वाटलं.''

"काळजी? अहो ती सतत माझ्या पाळतीवर असते. हीच ती माझी शास्त्रीय संगीत गाणारी भारतीय वळणाची बहीण. मी पाश्चिमात्य वळणाची वाटते ना? हा माझ्या वडिलांचा प्रभाव. गीता थेट आमच्या आईवर गेलेली आहे."

"काय करते ती?"

"माझ्यासारखीच अविवाहित आहे. पैशाची आम्हाला अडचण नाही. त्यामुळे उपजीविकेची ददात नाही. गीता अधूनमधून रेडिओवर किंवा जाहीर बैठकीत गाते. घरच्या घरी गाण्याच्या शिकवण्या करते. आम्ही एकत्रच राहतो. मला छळणं हाच तिचा मुख्य उद्योग आहे. लहानपणापासून ती माझा द्वेष करते. कारण ती दिसायला कुरूप आहे. म्हणूनच सतत भारतीय संस्कृतीचा बडेजाव दाखवत असते. योग काय, अध्यात्म काय, दिवसभर उदबत्त्या जाळणं काय, नाना थेरं आहेत तिची. हातात तंबोरा असला तरी मी कुठं जाते, काय करते यावरच सतत बारीक लक्ष."

ललिता बोलत असताना मला सतत तिचं शरीर दिसत आणि जाणवत होतं. पन्नाशी उलटलेली वाटत नव्हती. तिशी–पस्तिशीतली दिसत होती. केवड्यासारखा रंग, नितळ त्वचा, चुटूक जिवणी, मोठाले डोळे, अंडाकृती चेहरा. तिची छाती फारशी उभार नव्हती पण सडसडीत बांधा, कृश पोट आणि कंबरेखाली घोटीव नितंब, प्रमाणशीर मांड्या, ओतीव पोटऱ्या. फक्त तिची पावलं काहीशी फताडी आणि पुरुषी होती.

"असे काय पाहाताय? कधी बाईचं शरीर पाहिलं नव्हतं?"

"तुमचं पाहिलं नव्हतं. तुम्ही फार विलोभनीय दिसता, मिस् होनावर."

"हे सांगणारे तुम्ही पहिलेच पुरुष नाही आहात. पण, पण पुढे काय?"

"पुढे काय ते पाहूया," तिला बेडरूमच्या दिशेनं ढकलत मी घोगऱ्या आवाजात म्हणालो.

इतक्यात शेजारच्या बेडरूममधून अंत्या जोरात ओरडला, "दिवा कुठं आहे? दिवा लावा! साप! साप!"

१२

दुसऱ्या बेडरूममध्ये पलंगावरच फणा काढलेला नाग होता आणि अंत्या हातात उशी घेऊन भिंतीपाशी उभा होता. ललिता, दामू आणि मी दाराशी उभे होतो.

“चावला तर नाही ना ?‘

“चावणारच होता. इतक्यात मला जाग आली.”

“हा मघाचा दामूचा नाग दिसतोय.”

“हा आमच्या कंपनीचा नाग दिसत नाही,” बारकाईनं पाहत दामू म्हणाला, “आमच्या नागाच्या फणीवर दहाचा आकडा असतो. आमच्या कंपनीचा नवा लोगोपण त्याच शेपचा आहे. हा आमचा कॉंपिटिटर्सचा नाग आहे. पण तोसुद्धा निर्विषच आहे. काळजी करू नकोस.”

“पुंगी वाजव दामू. पुंगी!”

“पुंगीचा उपयोग नाही. नाग बहिरे असतात,” दामू म्हणाला, “अरे तू घाबरू नकोस अंत्या! हा आयुर्वेदिक कंपनीचा नाग आहे.”

“आयुर्वेदिक असो, ॲलोपॅथिक असो, नाहीतर होमिओपॅथिक,” अंत्या म्हणाला, “च्यायला नाग तो नागच. ठेचलेलाच बरा!”

“ही नागीण आहे,” बारकाईनं बघत दामू म्हणाला.

“कशावरून!” मिस् होनावरनं विचारलं. तिचा गालगुच्चा घेत दामू म्हणाला, “तू बाई आहेस तितकीच ही पण नागीण आहे. सेक्सच्या बाबतीत आजवर कधीच माझं चुकलेलं नाही. कोणत्याही स्पीशीजमधली फीमेल मला तत्काळ ओळखू येते. अगदी वनस्पतीतलीसुद्धा.”

“आता करायचं काय?”

“अरे माझी बॅग घेऊन ये, तिला बॅगेत बंद करतो. आमच्या मार्केटिंग मॅनेजरला भेट देईन.”

मी दामूला त्याची बॅग आणून दिली तशी दामूनं सरळ ती नागीण हातात धरून बॅगेत कोंबून बॅग बंद केली.

छातीशी धरलेली उशी पलंगावर फेकून देत अंत्या म्हणाला, “किती वाजले? आता झोप येणं कठीणच आहे.”

“साडेतीन,” मी म्हणालो, “उद्या रविवार आहे. राहा झोपून अकरा वाजेपर्यंत.”

“झोप लागणं कठीण आहे, पण निदान पडतो. सॉरी, तुम्हाला सगळ्यांना डिस्टर्ब केलं!”

“सॉरी कशाबद्दल? आमच्या बिछान्यात नागीण निघाली असती तर आम्हीसुद्धा असेच घाबरलो असतो,” मी म्हणालो.

"माझ्या बिछान्यात नागीण निघाली असती तर माझी रात्र फार मजेत गेली असती," दामू म्हणाला, "काही झालं तरी द फीमेल ऑफ द स्पीशीज इज द फीमेल ऑफ द स्पीशीज!"

शहारल्यासारखं करत मिस् होनावर म्हणाली, "तुम्हाला किळस कशी येत नाही? भीती कशी वाटत नाही?"

"कोणाची? फीमेलची?" दामू हसत तिचा पुन्हा गालगुच्चा घेत म्हणाला, "शी इज दि ज्यूस ऑफ ज्यूसेस!"

त्याच वेळी तिच्या कमरेशी माझा तळहात ठेवून म्हणालो, "चला, मिस् होनावर आपल्याला सर्वांनाच झोपेची गरज आहे." दामूनं चक्क मला डोळा घातला आणि मला म्हणाला, "गुड मॉर्निंग दिलीप. गुड नाईट मिस होनावर."

१३

अखेर दिएगो व्हेलाझक्केझच्या व्हीनसप्रमाणे ललिता होनावर नग्न झाली. पण शेजारच्याच बेडरूममध्ये घोरणाऱ्या अंत्याचा अश्लीलताविषयक भारतीय दंडविधानाचा अभ्यास दांडगा आहे आणि न केलेल्या गुन्ह्यांबद्दल शिक्षा झाली तरी बेहत्तर, माझा मित्रच अखेर माझा वकील, म्हणून आमच्या बेफाम रतिक्रीडेचं वर्णन तूर्त तरी मी टाळत आहे.

ही कथा, दीर्घकथा किंवा कादंबरी नसून निव्वळ एक प्रस्तावना आहे. 'द फुल मून इन विंटर' मधील पात्रं आणि प्रसंग खऱ्यातून खोट्यात, खोट्यातून तत्त्वज्ञानात, तत्त्वज्ञानातून कामशास्त्रात, कामशास्त्रातून कुक्कुटपालनात, कुक्कुटपालनातून काव्यात असा सर्वंकष संचार करतात. ती कपोलकल्पित मानल्यास अंत्या व दामू यांचा अपमान होईल, पण मी कायदा पाळणारा लेखक आहे...

१४

परत फोनची घंटा खणखणली.

"आता इतक्या पहाटे आणखी कोण?"

वैतागून मी ललिताला बेडरूमच्या दारातच सोडून फोनकडे गेलो. पलीकडे दामू निवांत घोरत पडला होता. "हॅलो?"

"मी गीता होनावर."

"बोला."

"काय विचार आहे?"

"कशाबद्दल ?"

"वेड पांघरू नका. मी ललिताबद्दल बोलते आहे."

"मॅडम, तुमचा काहीतरी गैरसमज झालाय. कोण ललिता? तुम्हाला कोणता नंबर हवाय?"

"तुमचा आवाज ओळखते मी. मघाशी ह्याच नंबरवर फोन केला होता आणि तुम्ही घेतला होता. तेव्हा तुम्ही ललिताला बोलवायला गेलात. नंतर लाईन कट झाली. मी पुन्हा नंबर लावायला गेले तर सारखं क्रॉस कनेक्शन लागत होतं."

"तुम्हाला नेमकं काय हवंय?"

"ललिताचं मानसिक संतुलन बिघडलंय. तिला सायकिॲट्रिक ट्रीटमेंटची जरूर आहे. गेल्याच आठवड्यात तिनं आत्महत्येचा प्रयत्न केला होता. तिला पुरुषांच्या सहवासाचं ऑबसेशन झालंय. मधूनच ती व्हायलंट होते. अचानक तिचे मूड पालटतात. हसताखिदळताना डिप्रेस होते. शी इज अनप्रेडिक्टेबल. तिला तुम्ही परत पाठवा. बेटर स्टिल, स्वतः इथं पोचवा. उगाच भलता प्रसंग ओढवायला नको. मला वाटतं प्रसंगाचं गांभीर्य तुम्हाला कळलंय. गुड बाय!"
क्लिक. ललिता माझ्या पाठीशी येऊन उभी होती.

"गीताच होती ना? काय म्हणाली असेल सांगते. ललिताचं डोकं ठिकाणावर नाही. पुरुषांमुळे ऑबसेस झालेय. आत्महत्येचा प्रयत्न करते. ॲम आय राइट?"

"तुम्हाला कसं कळलं?"

"माझ्या बहिणीला मी चांगली ओळखते. आमच्या चुलत्यांना तिनं हेच सांगितलं होतं. अर्थात त्यांनी तिच्यावर विश्वास तर ठेवला नाहीच पण तिच्याबद्दल मला इशारा दिला. वेल? तुम्हाला मी वेडीबेडी वाटले का आतापर्यंत?"

अंधारातून दामू म्हणाला, "लली! लली! माय ज्यूस, वेडी आहेस! अग वाट कसली पाहतेस? ही इज अ जॉली गुड ले! तो तुला निराश करणार

नाही. हॅव अ गुड टाईम. गॉड विल मेक यू कम टुगेदर! जा, माझा आशीर्वाद आहे!''

''दामू?''

''तू काळजी करू नकोस, डिपी. माझ्या लक्षात आलंय सगळं. हा सगळा आपल्या झवेरीचा डाव आहे.''

''हू इज झवेरी?''

''बीलझेबबचा पणतू.''

''अँड हू इज बीलझेबब?''

''ल्युसिफर! सेटन हिमसेल्फ. अल्ला त्याला शांती देवो!''

''पण दामू. इथं झवेरीचा काय संबंध?''

''अरे डिपी, ही इज ऑलवेज वॉचिंग अस. तो आपला विद्यार्थी आहे. तो आपला अभ्यास करत असतो. ही इज ट्राइंग टु इव्हॉल्व्ह इनटु अस!''

''तुम्ही कोणाबद्दल काय बोलताय, मला कळत नाही. अहो फोन माझ्या बहिणीचा होता. तिचा ह्या झवेरीशी काय संबंध?''

''ते तुम्हाला समजणार नाही. झवेरी सध्या टेलिपॅथीची प्रॅक्टिस करतोय. पण ह्या गुरूशिवाय अतींद्रिय सिद्धीसाठी धडपडणाऱ्या लोकांचे फार गोंधळ होतात. त्यांच्या प्रयोगांत घोटाळे होतात. अहो, परवाच ह्या झवेरीनं एका बाईला माझ्याकडे पाठवलं होतं.''

''बाईला तुमच्याकडे पाठवलं?''

''ते गुंतागुंतीचं आहे. त्या बाईनं स्वतःकडे यावं असा झवेरीनं प्रयोग केला होता पण त्याच्या मनातली त्याची स्वतःची प्रतिमा आम्हा दोघांसारखी आहे. तो स्वतःला ओळखूच शकत नाही. त्यामुळे टेलिपॅथिक क्रॉस-कनेक्शनसारखं झालं. त्याच्या वशीकरणाच्या प्रयोगामुळे ती बाई माझ्याकडे आली.''

''कोण होती ती बाई?''

''एका प्रख्यात सोनाराची सून.''

''मग तू काय केलंस दामू?''

''अरे, मी काय करणार? तिची लक्षणं पाहूनच मला कळलं की ही झवेरीकडे जाण्याऐवजी माझ्याकडे आलेली आहे. मला दया आली.''

''कोणाची? झवेरीची की तिची?''

“सैतानाची, फ्रॉईडची, महात्मा गांधींची, सर्वांचीच. ह्या सर्वांच्या विचित्र प्रभावामुळे झवेरीचे जादूचे प्रयोग कायम चुकतात. चुकतात पण फुकट जात नाहीत. कारण आपण दोघं खोलवर त्याच्या मनात आहोत.”

“पण ह्या सगळ्याचा गीता होनावरशी काय संबंध?”

दामू जोरात हसला : “अरे झवेरीनं गीता होनावरला सेड्यूस करण्याचा प्रयोग केला असणार. पण त्याचा नेम चुकला, तोही डबल चुकला. गीताऐवजी ललिता झवेरीऐवजी तुझ्याकडे आली. हल्ली टेलिपॅथीतला ट्रॅफिक आधीच बेसुमार वाढलाय. त्यातून चुकीच्या फ्रीक्वन्सीवर ट्यूनिंग करण्याचा झवेरीला शापच आहे. काय असेल तो असो. नुकसान कोणाचंच झालेलं नाही. ललिताची तुझ्याशी भेट झाली हे निसर्गाच्या डीपर नियमाप्रमाणेच झालंय. एरव्ही मलासुद्धा आज इथं अचानक यायची बुद्धी का झाली? खरंतर मला आज ठाण्यात एकाकडे रात्री पार्टीचं आमंत्रण होतं. माझ्या नव्या नाटकाचा दुसरा अंक मी काही गुजराती मित्रांना वाचून दाखवणार होतो. हे मी आतापर्यंत पूर्ण विसरलोच होतो. पण डिपी, मला वाटतं की यू माईट बी इन सम डायलेमा समथिंग गाइडेड मी हियर!”

“च्या मारी!” मी आश्चर्यानं म्हणालो.

“आपण अद्‌भुतात वावरणारी माणसं आहोत, डिपी,” दामू म्हणाला, “आता हे अंगवळणी पाडून घ्यायला पाहिजे. पन्नाशीच्या पुढे वास्तववादाचा काय उपयोग? त्यातली हवाच गेलेली असते!”

“प्लीज!” ललिता होनावर मला म्हणाली,

“आपण बेडरूममध्ये जाऊ या का? निदान तुम्ही मला एक छानशी गोष्ट सांगा!”

“गो टु बेड, चिल्ड्रन!” दामू म्हणाला.

१५

माझ्या शेजारी पडून, मला बिलगून ललिता होनावर गोष्ट ऐकत होती. माझा आवाज माझ्या शरीरापासून वेगळा होऊन एखाद्या डिजिटल रेकॉर्डिंगसारखा ऐकू येत होता. मी सुद्धा माझ्या आवाजानं सांगितलेली गोष्ट ललिता होनावरच्या शेजारी पडून ऐकत होतो.

"चौदाव्या शतकातील गोष्ट आहे. ज्ञानेश्वरांच्या समाधीचं दर्शन घेण्यासाठी पैठणचा एक ब्राह्मण आळंदीला यायला निघाला..."

ललिताची बोटं माझ्या छातीवरच्या केसांवर फिरू लागली.

"वॉट काइंड ऑव्ह स्टोरी इज दिस? मी इंग्लिश मीडियमवाली मुलगी आहे." तिचा फ्रेंच सुगंध मला तीव्रतेनं जाणू लागला होता. माझा आवाज बंद झाला.

"हळू. हळू. ही माझी पहिलीच वेळ आहे."

हळुवारपणे मी तिचं अंग कुरवाळू लागलो. ती पूर्णपणे विवस्त्र झाली. तऱ्हेतऱ्हेनं मी तिच्या नाजूक अंगाचे लाड पुरवत राहिलो. संथपणे ही खर्जातली नोम तोम चालू असतानाच दारावरची बेल वाजली. अनिच्छेनं पण घाईत पँट चढवून मी उघडाच बाहेर आलो. ललितानं आतून बेडरूमचं दार लावून घेतलं. मी दिवा लावला. दामूही जागा झाला. मी दार उघडलं आणि चमकलोच.

"मी गीता होनावर. आत येऊ का?"

"अं? ऑफ कोर्स! या, या! बसा!"

गीता होनावरचा रंग सावळा होता. ती बुटकी आणि काहीशी स्थूल होती. तिचे डोळे मात्र हिरवट घारे होते. पांढरीशुभ्र साडी ती नेसलेली होती.

"ललिता कुठं आहे?"

"ललिता? ती इथं नाही."

"आय कॅन स्मेल हर!" जोरात वास घेत ती म्हणाली, "ओपियम ह्या फ्रेंच सुगंधाचा वास तिचाच!"

दामू उठून बसला. तिच्याकडे तीव्रतेनं बघत म्हणाला, "मी तुम्हाला कुठंतरी पाहिलंय, मिस् होनावर. डू यू रेकग्नाइझ मी?" गीता होनावर एकदम गोंधळली. दामूचं अस्तित्व आणि पवित्रा तिला अनपेक्षित होता.

"हं. आठवलं," दामू म्हणाला, "डॉक्टर जीवनलाल पटेलांच्या हॉस्पिटलमध्ये गेल्या वर्षी तुम्ही पेशंट होता का? मला वाटतं तुमचं कसलं तरी ऑपरेशन होतं. तुम्ही आलात तेव्हा मी डॉक्टर पटेलांशी गप्पा मारत होतो."

गीताचा चेहरा पांढराफटक पडला. ती थरथर कापू लागली. "कोणता डॉक्टर पटेल, दामू?"

''अरे एक आहे. फेमस ॲबॉर्शनिस्ट!''

''तुमची काहीतरी चूक होतेय!''

दामू म्हणाला, ''अहो मला चांगलं आठवतंय. बरं. ते जाऊ द्या. ड्रिंक घेणार? आम्ही इथं पीतच बसलोय. आमच्यातला एक गडी मघाशी बाद झाला. त्याचं असं झालं की बाईवर बलात्कार होतो म्हणजे नेमकं काय यावर आमचा वाद चालला होता. आमचा मित्र वकील आहे...''

गीता होनावर उठून उभी राहिली आणि दाराकडे सरकू लागली. दामूसुद्धा उठून उभा राहिला आणि तिच्याकडे जाऊ लागला. ती पुरतीच भेदरली होती.

''यू आर द व्हेरी ज्यूस!'' दामू म्हणाला, ''गीता होनावर, तू फारच सेक्सी दिसतेस.''

''दूर व्हा! डोण्ट टच मी!'' ती लालजांभळी होऊन किंचाळली, ''याद राखा! मी पोलिसात तक्रार देईन!''

''अग होनावर, अशी अनावर होऊ नकोस. माझा जीव खालीवर होतोय!'' दामू एखाद्या कवितेच्या चालीवर म्हणायला लागला, 'गूँऽऽगूऽऽगूँ! मी भुंगा आहे ग माझ्या कमळे! मला तुझ्या केसरांत पहुडावंसं वाटतंयऽऽऽ !''

गीता होनावर दरवाजा उघडून बाहेर पडली आणि तिनं तो धाडकन ओढून घेतला.

''शूः!'' दामू मला चूप करत म्हणाला, ''डिपी, मला वाटतं अंत्याच्या खोलीत ललिता गेलीय!''

''डॅम सरप्रायझिंग!''

''अरे त्यात आश्चर्य कसलं? अंत्या तिचा किस घेत असेल!''

''अरे तो कायद्याचा कीस काढणारा माणूस! तो परस्त्रीचा किस काय घेणार?''

''अरे अखेर तोही तुझ्यासारखा पुरुष आहे. आपणहून चालून आलेल्या बाईचा तो सत्कार करणार नाही का? डिपी! मला वाटतं आपण आणखी थोडी दारू पिऊया. खायला काही आहे का मांसल?''

''मांसल? तिकडे कोंबडीची तंगडी आणि पापलेटची तुकडी सापडेल तुला टेबलावर!''

दामू उत्साहानं टेबलाकडे गेला.

१६

सोफ्यावर बसून मी माझा ग्लास रिकामा केला. मग कलंडलो आणि माझा डोळा लागला. दामूनं मला गदागदा हलवलं. शेजारी स्तंभित झालेला अंत्या उभा होता.

"डिपी! अ हॉरिबल थिंग हॅज हॅपण्ड!" दामू म्हणाला, "ललिता होनावरनं गॅलरीतून खाली उडी टाकलीय! अँड शी इज नेकेड!"

"ओ माय गॉड! कसं? कधी झालं हे?"

"माझ्याजवळ झोपली होती. गाढ. मी जागाच होतो," दामू म्हणाला, "ती जागी झाली. तिनं आळस दिला आणि ती म्हणाली 'आय लव्ह ऑल थ्री ऑफ यू. पुढल्या जन्मी मी पुरुष होणार आणि तुम्ही व्हा पोरी!' आणि उठून सरळ गॅलरीतून खाली उडी मारली तिनं !"

"हे सगळं कोर्टात सिद्ध करणं कठीण आहे," खर्जात अंत्या म्हणाला, "आपण तिघंही इथंच संपलो!"

* * *

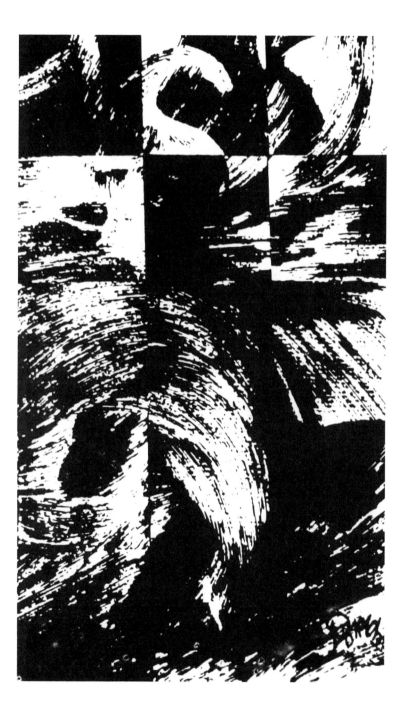

एब्राहामची वही

१

"ज्याला काहीच कळत नाही, त्याचं कशावरच प्रेम नसतं. ज्याला काहीच करता येत नाही, त्याला काहीच कळत नाही. ज्याला काहीच कळत नाही, तो कुचकामी असतो. पण ज्याला कळतं तो प्रेमसुद्धा करतो, त्याचं सतत लक्ष असतं, त्याला सगळं काही दिसतं... कोणत्याही वस्तूत जितकं ज्ञानाचं सत्त्व असतं तितकं तिच्याबद्दल वाटणारं प्रेम जास्त असतं... ज्याची अशी कल्पना असते की जेव्हा स्ट्रॉबेरीची फळं पिकून तयार होतात त्याच वेळी इतर फळंही पिकून तयार होतात त्याला द्राक्ष म्हणजे काय हे कळूच शकत नाही."

– पॅरासेल्झस

२

माझा एक मित्र होता. तो मराठी भाषी ज्यू म्हणजे बेने इस्राएली होता. त्याचं नाव एब्राहाम बेंजामिन असं होतं. म्हणजे खरंतर त्याचं स्वतःचं नाव एब्राहाम. पण का कोण जाणे आम्ही त्याला बेंजी म्हणायचो. बेंजी अतिशय बुद्धिमान होता. तो प्रतिभाशाली होता असंही म्हणता येईल. वाङ्मय, नाट्य, चित्रपट, संगीत, तत्त्वज्ञान, मानसशास्त्र, इतिहास अशा विविध विषयांत त्याला गती होती. तो प्रशिक्षित नाट्यदिग्दर्शक आणि नट होता. चक्क शेक्सपियरियन नाटकापासून अतिनवनाट्यापर्यंत नाटकं त्यानं हाताळलेली होती. काही वर्षं इंग्लंडात आणि मग खूप उशिरानं काही वेळ अमेरिकेत तो शिकलेला आणि राहिलेला होता. मध्यंतरी म्हणजे विसेक वर्षांपूर्वी मी एका जाहिरात कंपनीचा

प्रमुख लेखक होतो तेव्हा बेकार असलेला बेंजी माझ्याकडे नोकरीसाठी आला. माझ्या शिफारशीनं तो आमच्याकडे अकाउंट्स एक्झिक्युटिव्ह म्हणून लागला. माझा ॲसिस्टंट डेव्हिड मोअर आणि बेंजी ह्यांचं एकदा भांडण झालं. डेव्हिड कराटेचा ब्लॅक बेल्ट. त्यानं बेंजीची हवाच काढून टाकली. पण खूप मार खाऊनही बेंजीनं आपला ज्युईश चिवटपणा आणि हेका सोडला नाही. हे आपलं आठवलं म्हणून सांगितलं. आता दोघंही मरून गेलेले आहेत. डेव्हिड ल्युकेमिया होऊन वारल्याला आता पंधरा वर्षं होतील. बेंजीचं नेमकं काय झालं मला ठाऊक नाही, पण पाचेक वर्षांपूर्वी मी भोपाळला असताना अचानक तो वारल्याचं कोणीतरी मला सांगितलं. मरण्यापूर्वी काही वर्षं बेंजी मानसिक व्याधीनं ग्रस्त होता. त्याला पॅरानॉइड स्किझोफ्रेनियानं ग्रासलेलं होतं असं त्यानंच मला एकदा सांगितलं होतं. 'लाईफ अँड डेथ' नावाचं एक इंग्रजी नियतकालिक काढायची योजना घेऊन तो माझ्याकडे आला होता आणि त्याच्या पहिल्या अंकात माझी 'अँब्युलन्स राईड' ही इंग्रजी कविता प्रकाशित करण्याची त्यानं परवानगी मागितली होती. मी ती दिली पण ते नियतकालिक निघालंच नाही. नंतर एक दिवस असाच बेंजी मुंबईत माझ्या ऑफिसात आला आणि त्यानं 'रजत' छापाची सहाशे पानी वही मला वाचायला आणि स्वतःकडे ठेवायला दिली. ह्या वहीत मानसशास्त्र आणि नीतिशास्त्र या विषयांवरचे बेंजीचे अभिप्राय, समीक्षा, विचार आणि फेरविचार होते. ''हे तुझ्याकडेच ठेव. ह्यात मी सर्व काही व्यवस्थित मांडून ठेवलंय.'' हे बेंजीचे शब्द. ही आमची शेवटचीच भेट ठरली. ते बहुधा १९८० साल असेल. नंतर समान ओळखीच्या लोकांकडून मी बेंजीबद्दल काहीतरी ऐकत होतो. शिवाजी पार्क भागात फाटक्या सुटाबुटात, टाय लावून, दाढी वाढलेला, केस पिंजारलेला बेंजी कोणाकोणाला अचानक दिसला होता. रस्त्यातली मुलं त्याच्या मागे लागून त्याला त्रास देत होती असंही मी ऐकलं होतं.

बघता बघता दहा वर्षं लोटली. बेंजी मरण पावल्याचं कळल्यालाही आता पाचेक वर्षं होतील. दरम्यान त्याची सहाशे पानी 'रजत' वही मात्र मी जपून ठेवली आहे. तिलाच मी 'एब्राहामची वही' असं म्हणतो. म्हणजे जुन्या करारातलं एब्राहमचं पुस्तक आहे तसं नव्हे. अर्थात बेंजी हा आता माझ्या दृष्टीनं बायबलातल्या पात्रांमध्ये जमा झालाय. त्याच्या डोळ्यांतली चमक प्रेषितांच्या नजरेसारखीच एककल्ली होती. भलत्याच दिशेला आणि वेगळ्याच अवकाशात

एब्राहामची वही

वावरणारा तो माणूस होता. पण गेल्या वर्षभरात मला सभोवारच्या सर्वच माणसांमध्ये वेडाची लक्षणं जाणवायला लागलीत. त्यामुळे मी अधूनमधून रात्री-अपरात्री ती सहाशे पानी 'एब्राहामची वही' काढून वाचतो. त्यातले फुटकळ परिच्छेद आणि टिपणं पाहता पाहता मला कित्येकदा झपाटल्यासारखं होऊन मी भराभरा गद्य लिहीत सुटतो. आणि आता माझ्या लक्षात येतंय की ती सहाशे पानी 'रजत' वही मला देण्यात बेंजीचा नेमका उद्देश होता की त्याच्या 'लाईफ अँड डेथ' नियतकालिकासाठी मी एक दीर्घकथा लिहावी आणि त्या कथेत स्वतःच्या हकिकती आणि कैफियती बेमालूम पुरून ठेवाव्यात. बेंजी वारल्यानंतर त्याच्या जाळ्यात मी अडकेन असं मला वाटलं नव्हतं. पण नेमकं तेच झालंय. उदाहरणार्थ,

३

''आधुनिक जगात मानवी जीवनाची अंतर्रचनाच विसकटून गेलेली आहे,'' मी फारच सफाईनं हे वाक्य माझ्या सुवाच्य अक्षरात कोऱ्या पानाच्या सुरुवातीला टाकलं होतं. पण पुढचं पान कोरंच होतं. ते कधीपासून कोरं आहे हेही मला आठवत नव्हतं. मी नेमकं काय लिहायला सुरुवात केली होती हेही सांगता येत नव्हतं. बारकाईनं मी ते वाक्य वाचून पाहिलं. ते एक अत्यंत भोंदू, दांभिक, दिखाऊ आणि पोकळ वाक्य वाटलं. एखाद्या नवशिक्या व्याख्यात्यानं जरी ते प्रथम वर्षाच्या विद्यार्थ्यांसमोर उच्चारलं असतं तरी ते क्षम्य ठरलं नसतं. पण ते अक्षर तर नक्कीच शंभर टक्के माझं स्वतःचं होतं. म्हणजे आता मी असली वाक्यं स्वतःच्या नकळत आपोआप लिहायला लागलो आहे का काय? हा विचार मनात येऊन मी अस्वस्थ झालो. माझ्याकडून असं लिहिलं जातंय की लिहून घेतलं जातंय की लिहवून घेण्यात येतंय? ह्याच कागदाच्या पाठच्या बाजूला दुसऱ्याच कोणाच्या हस्ताक्षरात पेन्सिलीनं केलेली पुसट नोंद होती : ''माहीमच्या दर्ग्यासमोर रात्री साडेनऊ वाजता.'' ते हस्ताक्षर माझ्या ओळखीचं नव्हतं. माझ्या कागदावर हे कोणी लिहिलं असेल? माझे कागद काही सहज इतरांच्या हाती पडतील असे ठेवलेले नसतात. ग्लासात रम ओतून घेऊन मी विचार करू लागलो. मग मी सरळ ग्लास उचलून दोन मोठाले घोट घेतले. एकीकडे मला चांगली नशा येईपर्यंत दारू प्यावीशी वाटत होती तर दुसरीकडे प्रकृतीत काही कमी-जास्त

होण्याची भीती. सिगरेट, तंबाखू तर मी संपूर्ण सोडूनच दिलेली आहे. अंडी, मटण, लोणी, तेल-तूप हेही सोडून दिलेलं आहे. चैन करावीशी वाटली तर माफक दारू पिणार आणि मासे खाणार. हृदयाचं पुन्हा एकदा ऑपरेशन करण्याची पाळी येऊ नये या काळजीनं मी माझी मूळ जीवनशैलीच बदलून टाकलीय. पण हेसुद्धा कामेच्छा दडपण्यासारखं धोक्याचंच आहे. माझ्या मूळच्या आवडी तांत्रिकांसारख्या पंच'म'कारी : मद्य, मांस, मैथुनादि 'विषय' सेवन करण्याची वृत्ती. बरं, त्याची आपल्याला लाजही नाही. पण आता वय वाढत जाताना आणि वर्षानुवर्षं बेदम वापरून धसायला लागलेल्या एकमेव शरीराची जपणूक करताना ह्या सर्व गोष्टींना आवर घालावा लागतोय.

४

रात्री नऊ वाजता मी कलानगरच्या नाक्यावर टॅक्सी पकडली तेव्हा माझा विचार खरंतर शिवाजी पार्कला जायचा होता पण माझ्या तोंडून शब्द निघाले, ''कॅडेल रोड माहीम. बाबा मगदूम दर्गा.'' मी चपापलो. सकाळी अनोळखी हस्ताक्षरात पेन्सिलीनं लिहिलेली पुसट झालेली अक्षरं मला आठवली.

दर्ग्याच्या वळणावर मेन रोडवरच मी उतरलो. जवळ जवळ पंचवीस वर्षांपूर्वी आम्ही इकडे बद्दुमियाँच्या फुलांच्या दुकानात यायचो. दुकानाच्या खालच्या अंगाला तळघरासारखा, छोट्या हौदाच्या आकाराचा चौक होता. तिकडे म्हातारा बद्दू चरसाची चिलीम फिरवत बसलेला असायचा. त्या काळी चरस पिणं सुशिक्षितांत फॅशनेबल नव्हतं. सुफी टाईपचे डायलॉग बोलणारे खास मुसलमान म्हातारे, काही टॅक्सीवाले, एखाददुसरा निराश शायर, आमच्यासारखे विद्यार्थिदशेतून बाहेर पडणारे पण जाणकार तरुण, साधे गरीब कामगार-कारागीर, असली मंडळी चार-आठ आण्यांत नशा करून जायची. आता बद्दू मेल्यालाच विसेक वर्षं झाली असतील. दर्ग्याच्या आजूबाजूला गल्फमधून वगैरे पैसा येऊन मूळचा मुस्लीम झगमगाट, लखलखाट आणि गोंगाट वाढतच चाललाय. मी दर्ग्यासमोर आलो आणि आजूबाजूला पाहायला लागलो.

''क्यों दिलीपभाई, किसी की राह देख रहे हैं क्या?'' खरखरीत पण टिपेच्या आवाजात विचारलेल्या त्या प्रश्नामुळे मी दचकून मागे पाहिलं तर डोक्याचे आणि दाढीमिश्यांचे केस मेंदीनं लाल केलेला, हिरव्या बारीक डोळ्यांचा आणि लांब

तरतरीत नाकाचा पान खाल्लेला माणूस. त्याचा चेहरा ओळखीचा होता आणि नव्हताही. प्रत्येकालाच केव्हा ना केव्हा असला माणूस भेटलेला असतोच आणि तो एखाद्या दर्ग्यासमोरच नेमका परत भेटावा यातही नवल नसतं. मी अचानक गडबडून, गोंधळून गेलो. ''नहीं पहचाना ना? याद किजीये! अर्से के बाद मुलाकात हो रही है! उन दिनों आप इधर माहीम में ही रहते थे. मोरी रोडपर ठीक है? सन चौसठ की बात कर रहा हूँ, दिलीपभाई! इधर अपन बद्दुमियाँ के अड्डेपे पहिली बार मिले थे... भूल गये क्या? मेरे साथ आप हाजी अली भी आये थे?'' मला काहीच आठवेना. मी जास्तच गांगरून गेलो. ''अब्दुल कादिर!'' तो उत्तेजित आवाजात बोलला, ''आज मैं आपको नहीं छोडनेवाला. बाईस-तेईस सालों के बाद मुलाकात हो रही है. आईये, अपना गरीबखाना इधर ही तो है गलीमें। अल्लाकसम, क्या इत्तेफाक है! आज ही मैंने सुबह आपका जिक्र किया था! वाह, दिलीपभाई, मजा आया!'' त्याच्या बेदम बोलण्यानं मी गरगरूनच गेलो होतो. अजून त्याची ओळख पटली नव्हती. पण त्यानं स्वतःचं नाव सांगितल्यावर आता तसं दाखवायची पण हिंमत होत नव्हती. ''क्या आप सचमुच किसी का इंतजार कर रहे हैं?'' त्यानं विचारलं. ''नहीं तो!'' मी घाईघाईनं म्हणालो, ''ऐसी ही पुरानी यादों को ताजा करने के वास्ते चला आया था। आज कल हम बंबई में नही रहते। भोपाल गये हुवे हैं दो सालोंके लिये''
''अच्छा? तो फिर आईये दिलीपभाई, इसी खुशी में कश दो कश पिया जाय!''

५

चाळीचा प्रवेश ज्या अंधाऱ्या बोळातून होता त्याच्या तोंडाशी एक चट्टेरीपट्टेरी लाल-निळ्या लुंगीतला घामानं चकाकणारा उघडाबंब काळा माणूस लोखंडी शेगडीतल्या निखाऱ्यांवर सळीला लावलेले कबाब भाजत होता. भाजलेल्या कलेजीचा, जळक्या मांसाचा आणि वितळलेल्या चरबीचा संमिश्र वास ओलांडून अब्दुल कादिरच्या पाठोपाठ मी आत गेलो. जिन्याखाली अचानक झगमगत्या प्रकाशात मूठ मूठ जाडीच्या मिशा असणारा सोन्याचे दात चमकावत काळ्या शेरवानीत उभा असलेला इसम दिसला. तो अब्दुल कादिरला अदबीनं ''अस्सलाम आलेकुम'' म्हणाला. ''व आलेकुम सलाम'' म्हणत अब्दुल कादिरनं विचारलं, ''क्यों खाँसाहब, खैरियत है? कैसे हैं आपके

मिजाज?'' त्या माणसाचं अघळपघळ उत्तर सुरू व्हायच्या आत अब्दुल कादिर शिताफीनं उजवीकडच्या जिन्यावर चढला आणि पाठोपाठ मी. विटक्या सलवार-कमीझमधली एक वयात आलेली मुलगी ''हाय अल्ला!'' म्हणत हसत पडद्याआड गेली आणि तिची मैत्रीण जिना उतरत आमच्या अंगावरूनच खाली गेली. पहिल्या माळ्यावरच्या चिंचोळ्या सज्ज्यामधून आम्ही थेट टोकाच्या खोलीकडे गेलो. त्या खोलीला पॉलीशदार आणि नक्षीदार शिसवी दार बसवलेलं होतं. दाराबाहेर इंग्रजी आणि अरबी लिपीत पितळी पाटी होती – ''अब्दुल कादिर बिन अब्दुल रहमान एक्सपोर्टर्स अँड इम्पोर्टर्स'' अब्दुल कादिरनं घंटा वाजवताच दार उघडलं गेलं. एक निळ्या यूनिफॉर्ममधला मुलगा ''आदाब'' पुटपुटला. आतल्या थंडगार वातानुकूलित हवेची झुळूक मला लागली आणि अत्तराचा विशिष्ट तीव्र गंध दरवळताना जाणवला. आतला प्रकाश मंद होता. पायाखाली मऊ गालिचा जाणवला. अब्दुल कादिरनं आपले जूते काढले आणि यूनिफॉर्मवाल्या मुलानं त्याला तत्परतेनं कपाटातून सपाता काढून दिल्या. मीही बूट-मोजे काढले तशा त्यानं मलासुद्धा कोऱ्या सपाता दिल्या. पुन्हा एक दार उघडून अब्दुल कादिर आणि पाठोपाठ मी आत गेलो.

आत पाऊल पडताच मी थक्क झालो. आतली खोली फरशीपासून छतापर्यंत सबंध चकचकीत निळ्या आणि सोनेरी सिरॅमिक टाइल्सनी मढवलेली होती. मधोमध एक छोटंसं पण अप्रतिम आणि लखलखीत झुंबर होतं. खाली फरशीवर चौरंगाच्या उंचीचे प्रशस्त सोफे होते आणि त्यांच्यावर मखमलीचे लोड आणि गिरद्या. मधोमध एका मेजावर चार नळ्यांचा एक परंपरागत मोरादाबादी मीनाकाम केलेला पितळी हुक्का ठेवलेला होता.

''काय घेणार दिलीपभाई?'' अब्दुल कादिरनं विचारलं, ''आपल्याकडे काश्मिरी, अफगाण आणि नेपाळी चरस आहे, इराण आणि माळव्यातली अफू आहे. मध्य अमेरिकेतून आलेला जादुई मश्रूम आहे. पेहोते निवडुंगाची मेक्सिकोतून आणलेली बोंडंही आहेत आणि शुद्ध मेस्कॅलिन पण आहे, कोकेन आहे. शिवाय,'' कान पकडून तो म्हणाला, ''आमच्या वालीदसाहेबांना त्यांच्या उस्तादानं दिलेल्या गुप्त नुस्ख्यानुसार बनवलेली याकुतीसुद्धा आहे. तुम्ही काय फर्मावाल ते हजर आहे, दिलीपभाई, बोला!

''मी अलीकडे काहीच घेत नाही,'' मी क्षीण आवाजात म्हणालो, ''मला

रक्तदाब, हृदयविकार आणि मूत्रपिंडाची व्याधी आहे!''

"काय म्हणता काय?'' अब्दुल कादिर म्हणाला, ''टाळी द्या! आमच्या वालीदसाहेबांच्या याकुतीनं तर जग सोडून चाललेले मरीज बरे होऊन उत्साहानं लौंड्यांना बाहुपाशात घ्यायचे! म्हटलं तर दवा, म्हटलं तर नशा! म्हटलं तर वाजीकरण म्हटलं तर चिरतारुण्य! ट्राय करायचं!''

"आता तुम्ही आग्रहच करताय म्हणून –''

"पण अगोदर ह्या हुक्क्याचे एक–दोन कश होऊन जाऊ द्यात जुन्या दिवसांच्या आठवणीखातर,'' डोळे मिचकावून अब्दुल कादिर म्हणाला.

७

माझं डोकं जड झालं होतं की हलकं हे माझं मलाच कळेनासं झालं. जीभ मात्र नक्कीच शिशाची झाली होती आणि घसा सुकून गेला होता म्हणून मी प्यायला पाणी मागितलं. तशी अब्दुल कादिरनं टाळी वाजवली आणि बुरख्यात उघडलेल्या डाळिंबासारख्या लालभोर जिवणीची, केवड्याच्या रंगाची एक लौंडी येऊन लवून मुजरा करून उभी राहिली. ''अनीसा! साहेबांसाठी शर्बत आण!''

"सरबत नको! मला फक्त थंडगार पाणी हवंय.''

अनीसानं जे आणलं ते पाणीही नव्हतं आणि सरबतही नव्हतं. म्हटलं तर पाण्याइतकंच पातळ पण वाळा, चंदन, गुलाब आणि इतर अनेक सूक्ष्म खुशबू त्यात होते. माझ्या जड जिभेला आणि शुष्क घशाला त्यामुळे पुन्हा जिवंतपणा आला.

अनीसा जवळच सुरई घेऊन उभी होती. मी पुन्हा एकदा पाणी प्यायलो आणि पिताना डोळे न उचलता तिच्या सोनेरी सॅटिनच्या लहंग्यातल्या मांड्यांच्या कल्पनेनंच रोमांचित झालो. नशेत अंगावर उठलेला कामेच्छेचा तो सूक्ष्म तरंग जणू काय अनीसाला संगीतासारखा ऐकायला आला. कारण त्याच क्षणी ती सावरून उभी राहिली आणि मला वाटतं अब्दुल कादिरच्या बारीक हिरव्या डोळ्यांतूनही ही गोष्ट सुटली नसावी. कारण गालातल्या गालात हसत तो म्हणाला, ''तुम्ही सांगाल ती सेवा आनंदानं करील अनीसा, दिलीपभाई! संकोच बाळगू नका.''

अब्दुल कादिरचं बोलणं मला फारच विलंबित लयीत आणि जाड आवाजात ऐकू येत होतं. हुक्क्यातून घेतलेले चरसचे झुरके, चांदीच्या चमच्यातून घेतलेली

याकुती आणि वर प्यालेलं 'शर्बत' यांचा असर व्हायला सुरुवात झालेली होती. माझे कान अचानक तिखट झाले होते. समुद्राच्या लाटांना भरती येते तेव्हा येणारा भरतीच्या गाजेचा आवाज आतल्या आत मला कायम ऐकू येत होता. मेस्कॅलिनमुळे जसा वस्तूंमधून तेज:पुंज प्रकाश बाहेर पडतोसा वाटतो तसा वाटत होता. भिंती रत्नजडित भासत होत्या आणि वरचं झुंबर चक्क आकारानं लहान–मोठं होत होतं. एखाद्या चिमणीएवढं ते छोटं दिसता दिसता गरुडाएवढं फुगून मोठं व्हायचं. त्याला बिलोरी पंख होते आणि मधेच ते उघडून फडफडल्यासारखे दिसत होते. लाहौल बिलाकुव्वंत. हा प्रकार तरी काय आहे?

इतक्यात निळा यूनिफॉर्मवाला मुलगा येऊन अब्दुल कादिरच्या कानाशी काहीतरी पुटपुटला. ते ऐकून अब्दुल कादिरचा चेहरा क्रोधानं हिरवा पिवळा झाला. "उसकी ये मजाल?" तो ओरडला, "जाओ, कालेखाँको बुलाओ!" मग काही वेळानं एक धिप्पाड इसम आत आला. त्याच्या डाव्या गालावर उभा चिरल्यासारखा व्रण होता आणि त्याचं नाक फताडं होतं. "उस सुवर की खाल उतारो, कालेखाँ!" अब्दुल कादिर ओरडला, "और हाँ! याकूब यहुदी को इत्तला देना! आप आराम किजीये दिलीपभाई! मैं आपको इधर अनीसा के हवाले कर के जरा बाहर दफ्तर की ओर हो आता हूँ! कालेखाँ? पुलिसवालोंको एक पेटी आपने पहुँचा दी ना? फिर ठीक है।" अब्दुल कादिर उठला आणि दरवाजाकडे चालता झाला. जाता जाता तो अनीसाला म्हणाला, "दिलीपभाई हमारे बहोत पुराने यार हैं। हमारे बहोत पुराने यार हैं। उनको हर हालत में खुश रखो। समझी क्या?"

अब्दुल कादिर गेल्यावर अनीसानं बुरखा बाजूला करून माझ्याकडे पाहिलं. मी विजेचा धक्का बसल्याप्रमाणं झालो. ही मुलगी अनीसा? ही इथं? ही मुस्लीम? ही रखेल?

माझ्या चेहऱ्यावरच्या भावांचा अनीसावर काहीच परिणाम झालेला दिसला नाही. तिनं मला ओळखलंय असं वाटलं नाही. आणि ती तर थेट माझ्या खाजगी जीवनातून पंधरा वर्षांनी बाहेर येत होती. शंकाच नको!

"जेनिफर, जेनिफर! तू ओळखलं नाहीस मला अजून?"

"हुजूर आपली काहीतरी चूक होतेय. कोण जेनिफर? माझं नाव अनीसा आहे हुजूर. मी लखनऊची आहे..." तिनं आपले बदामी रंगाचे आणि बदामीच आकाराचे डोळे माझ्यावर रोखले आणि किंचित विलग जिवणीतून तिचे

प्रमाणशीर दात मला दिसले. जेनिफरचे डोळे जास्त मोठाले आणि काळेभोर होते आणि तिला डावीकडे वरच्या बाजूला एक दुहेरी दात होता आणि तिनं स्मित केलं की तो फारच शोभून दिसायचा. जेनिफरचा रंग असा केवड्यासारखा पिवळसर गोरा नव्हता. तिचा वर्ण गव्हाळ आणि लालसर होता. मी टक लावून अनीसाकडे बघतच राहिलो. ''असं माझ्याकडे टक लावून बघून मला लाजवू नका!'' ती हळूच म्हणाली, ''एवढं पाहण्यासारखं काय आहे माझ्यात?''

''त्याला द्राक्ष म्हणजे काय हे कळूच शकत नाही!'' मी स्वतःशीच पण खूप मोठ्यानं म्हणालो.

''हुजूर?''

''काही नाही. आपल्याशीच बोललो मी.''

''आपण काही पेय घेणार, हुजूर? याकुती घेतल्यावर तहान खूप लागते.''

''याकुती घेतल्यावर आणखी काय होतं?''

अनीसानं पटकन आपले हात माझ्या डोळ्यांवर ठेवले. तसं करण्यासाठी ती सहजच माझ्याकडे झुकली. तिच्या कमरेला विळखा घालून मी तिला माझ्याकडे ओढून घेतली. ''माझ्याकडे असं रोखून पाहू नका हुजूर, मला लाज वाटते!'' आश्चर्याची गोष्ट म्हणजे मला माझं शरीर तिऱ्हाईत वाटत होतं आणि तरी माझं शरीर कामेच्छेनं पेटून उठलंय याचीही मला तटस्थपणे जाणीव होत होती. अचानक माझ्या लक्षात आलं की माझं शरीर अनीसासह ज्या सोफ्यावर होतं त्याच्या वरून झुंबराजवळून टॉप अँगलनं मी अनीसाकडे आणि स्वतःकडे बघत होतो.

आणि एब्राहामचा आवाज स्पष्टपणे माझ्या कानांवर आला, ''मला ठाऊक होतं की परफॉरमिंग आर्ट्‌समध्ये तुला गती आहे. चित्रपट बनविण्याची दडपलेली इच्छा तू केव्हा ना केव्हा पुरी करणारच. पण आता कळलं ना डायरेक्टर व्हायचं म्हणजे काय व्हायचं? तो खाली अनीसाजवळ पडलेला तू निव्वळ ॲक्टर आहेस. हा इथला तू खरा सूत्रसंचालक.''

''पण बेंजी! हा कॅमेरा तर क्रेनवर ठेवल्यासारखा अधांतरी तरंगतोय!''

''याचं कारण १९८० साली बुडापेस्ट शहरात यांश्चोचा 'आलेग्रो बार्बारो' चित्रपट बघताना तुझ्या मनात टॉप अँगलनं एका मैथुनदृश्याचं चित्रण करण्याची इच्छा निर्माण झाली. ती पुरी करायची संधी तुला आज मिळतेय!''

“हे तुला कसं काय ठाऊक बेंजी?”

“मी हॅम्लेटच्या बापाच्या भुताचा रोल करतोय आता कायमच! ह्या परलोकवासी नाटक कंपनीत!” बेंजी हसून म्हणाला. “आधीच मी ज्यू. आणि त्यातून भूत झालेला. आता मी सहजासहजी तुझी मानगूट नाही सोडणार!”

“ए! बेंजी! भलते जोक्स मारू नकोस! आधीच मला त्या अब्दुल कादिरनं याकुती दिलेय!”

“बाय द वे! तुला वाटतं तसा हा अब्दुल कादिर काही तुझा जुना ओळखीचा नाहीए! इन फॅक्ट, त्याची तुझ्याशी ही पहिलीच भेट आहे!”

“व्हॉट डु यू मीन, बेंजी?”

“खरं तेच सांगतोय! यू आर ट्रॅप्ड बाय प्रॅक्टिशनर्स ऑव्ह दि ब्लॅक आर्ट्स! हे लोक काब्बालानुसार जादूटोणा करणारे आहेत!”

“माय गॉड! मला वाटलं साधेसुधे मुंबईचे स्मगलर आहेत !”

“तेही आहेतच. पण तो त्यांचा लौकिकातला फ्रंट आहे. संभावितपणाचा आव आणण्यासाठी ते स्मगलर झालेत.”

“तू कुठून बोलतोयस, बेंजी?” मी अचानक दचकून विचारलं.

“लवकर लक्षात आलं म्हणायचं तुझ्या !” एब्राहाम म्हणाला, “मी तुझ्या मेंदूतूनच बोलतोय थेट.”

“काय?”

“घाबरायचं कारण नाही. अरे, एखाद्या व्हायरसची लागण व्हावी तसंच हे आहे असं समज. शिवाय तू माझा मित्र आणि तुझं शरीर माझा यजमान. तेव्हा मी काही तुझा घात करायचा नाही. मी अत्यंत सूक्ष्म आणि विरळ झालेलो आहे आता. त्यामुळे स्थूल शरीराच्या पातळीवर मी अगदी निरुपद्रवी आहे. आणि मी तुझा कोणताही दुरुपयोग करणार नाही.”

“तसं नव्हे, बेंजी. प्रश्न नैतिक तत्त्वाचा आहे. माझ्या खाजगीपणाला तुझ्यामुळे बाध येतोय!‘

“म्हणजे तुला ह्या मुस्लीम दासीबरोबर कामक्रीडा करायचीय असं सरळ सांग की. तसं असलं तर जिवंत माणूस जसा पँट सोडतो तसा माझा आत्मा तुझं शरीर सोडून बाजूला जाऊन उभा राहील की!”

“प्लीऽज! बेंजी. हे मला भलतंच ऑकवर्ड होतंय.”

"मला समजू शकतात तुझ्या भावना," एब्राहाम म्हणाला, "पण सेक्सच्या बाबतीतही तुला मी एखाददुसरा असा कानमंत्र देऊ शकेन की तू खूश होऊन जाशील!"

"प्लीज! बेंजी, लीव्ह मी अलोन!"

"पण मी तुझ्यातून निघून गेलोय हे कळणार कसं तुला?"

"तू फक्त जातो म्हण. माझा तुझ्यावर विश्वास आहे तेवढा!"

"ओ के! गेलो!"

अचानक पुन्हा मी खाली सोफ्यावर अनीसाच्या शेजारी आलो. अनीसाची लालचुटूक जिवणी विलग झालेली होती आणि तिचे टपोरे डोळे अर्धवट मिटलेले होते. माझ्या छातीचं एंजिन मात्र अत्यंत ठाय लयीत धप्प धप्प चाललं होतं. तिचं चुंबन घ्यावंसं वाटत असूनही मला अजिबात हालचाल करता येत नव्हती. अनीसाचे ओठ मला अचानक गुहेच्या तोंडासारखे प्रचंड झालेले जाणवले. तिच्या दातांवरली चमक माझे डोळे दिपवू लागली. तिच्या श्वासांचा जाड रबडीसारखा वेलचीमिश्रित सुगंध माझ्या नाकपुड्या कोंदाटू लागला. त्या प्रचंड लालभोर आणि टच्च तोंडामधून एक ओला जिभेचा शेंडा आला आणि त्यानं माझा चेहरा चिंब भिजवून टाकला. मी गुदमरून गेल्यासारखा झालो. एक सुखद पण तरीही काहीशी अश्लील आणि अजगरवजा आळसावलेली ओलसर संवेदना माझ्या अंगाभोवती गुदगुल्यांचं वेटोळं घालू लागली. अनीसांचं शरीर माझ्या त्वचेच्या प्रत्येक अग्रावर टेकलेलं मला जाणवत होतं. चारी बाजूंनी मला अनीसानं घेरलेलं होतं. जणू काय, ओ गॉड! मी अनीसाच्या अंगात, त्या भुयारात... ओ गॉड! जसा जोनाला देवमाशानं गिळला होता... अरे देवा जसा मार्कंडेय विष्णूच्या तोंडाबाहेर पडला आणि पुन्हा विष्णूनं त्याला गिळला... हे काय होतंय?

८

मला शुद्ध आली तेव्हा मी एका उघड्या ट्रकमध्ये उताणा पडलेला होतो आणि माझ्या अंगाखाली कागदाची रद्दी होती. ट्रक चाललेला होता. मी उठून बसलो. आजूबाजूला पाहिलं. नक्की सांगता येईना, पण लालबाग ते काळाचौकीच्या दरम्यानचा भाग असावा. माझं डोकं गरगरत होतं. राणीच्या बागेच्या अलीकडे ट्रक डावीकडे वळला. मी पाठ टेकली. ट्रकच्या पुढच्या

भागात ड्रायव्हरचं आणि आणखी एका इसमाचं संभाषण चालू होतं. त्यातले तुकडे ऐकायला येत होते. 'म्हातारपाखाडी' हा शब्द मी ऐकला. तसंच 'याकूब यहुदीका अड्डा' हे शब्द. माझ्या घशाला कोरड पडली होती. आणि पोटात आग आग होत होती. अब्दुल कादिरच्या माहीमच्या जागेतून मी ह्या उघड्या ट्रकमध्ये कसा आलो आणि अनीसाच्या मिठीतून रद्दीच्या ढिगावर माझी रवानगी कोणी केली हे प्रश्न मला पडले न पडले एवढ्यात एब्राहामचा आवाज मला स्पष्ट ऐकू आला : "हे भडवे अरेबियन नाइट्सच्या पलीकडे कधीच जायचे नाहीत. ह्यांना स्वप्नं पडतात तीसुद्धा 'सी' ग्रेडच्या हिंदी पिक्चरसारखी. आता हे तुला याकूब यहुदीच्या अड्ड्यावर नेतायत. हा याकूब वंशानं ज्यू असला तरी त्याचा कल जादूटोणा करण्याकडेच जास्त आहे. पण अब्दुल कादिरसारख्यांच्या दृष्टीनं याकूब यहुदीचं वैशिष्ट्य वेगळंच आहे. त्यांचे आपसात वाद किंवा झगडे झाले तर याकूब ते मिटवतो. आता तुला सरळच सांगायचं तर तुला अब्दुल कादिरनं किडनॅप केलंय आणि आता याकूब यहुदीकडे तुझा लिलाव करण्यात येणार आहे."

"माझा लिलाव? आणि मला विकत कोण आणि कशासाठी घेणार?"

९

धुपाचा कडक आणि गर्द वास हवेत भिनून गेला होता. दोन धटिंगण लोकांनी माझ्या एकेका काखेत हात घालून मला त्या वासातून चालवत नेलं. ज्या हॉलमध्ये आम्ही चालत गेलो त्याची फरशी दाट शेवाळी हिरव्या रंगाची होती आणि भिंतीचा रंग फिका पोपटी होता तर छताचा रंग निळसर हिरवा. हॉलच्या टोकाला अगदी दूर एका उंच प्लॅटफॉर्मवर काही लोक खुर्च्यांवर बसलेले दिसत होते. हळूहळू ते मला जास्त जास्त ते मोठे मोठे दिसायला लागले. मधोमध एक सिंहासनवजा खुर्ची होती आणि त्या खुर्चीवर चक्क याकोब ष्टायनर बसलेला होता हे पाहून मी स्तंभितच झालो. याकोब ष्टायनर हा माझ्या 'द पेंटॅग्रॅम' नावाच्या अपुऱ्या इंग्रजी कादंबरी/पटकथेचा मुख्य सूत्रधार. १९६७ साली जेव्हा मी 'दि पेंटॅग्रॅम' लिहायला सुरुवात केली तेव्हा एका दीर्घ स्वप्नात मला हा चिरंजिवी ज्यू दिसला होता. त्या वेळी त्याचे बिनरेषांचे कोरे तळहात पाहून मी थरारलो होतो. तो 'मॅंगुस' किंवा 'सिद्ध' म्हणून ओळखला जायचा. 'द पेंटॅग्रॅम'चा प्रथमपुरुषी

निवेदक अर्थात आणखी वेगळाच होता आणि त्याचं नाव मार्कसब असं होतं. जर्मनीसारख्या कुठल्यातरी युरोपीय देशात पानगळीच्या मोसमात सुरू होणारी ही कादंबरी न संपणाऱ्या हिवाळ्यापर्यंत लिहून मी थांबलो. तिच्यातली दृश्यं मला चित्रपटासारखी पुन्हा पुन्हा स्वप्नांत दिसत राहिली होती आणि त्यांच्यापैकी काही तर खरोखर अनुभवाला आली होती. त्यातलं एक म्हणजे बर्फाळ प्रदेशातून मध्यरात्री जाणाऱ्या लांब पल्ल्याच्या एक्स्प्रेस रेल्वेगाडीत अनावर कामेच्छेनं एकमेकांची चुंबनं घेणारं जोडपं आणि बाहेरच्या बर्फाळ पांढऱ्या देखाव्याचं अचानक नेगेटिव्हमध्ये झालेलं रूपांतर. 'त्रिॲनॉन' नावाचा बार. विद्यापीठाच्या लायब्ररीतली गूढविद्येच्या पुस्तकांची शेल्फ. आणि निओ-क्लासिकल वास्तुशिल्पाचा नमुना असलेलं ते हॉटेल, त्याच्या बागेतलं कारंजं, पुतळे, पलीकडचं गोठलेलं सरोवर आणि त्याच्या काठचा लाकडी हंटिंग लॉज. हे सगळं पुढल्या आयुष्यात कुठं ना कुठं मला हुबेहूब दिसलं होतं आणि आपण हे पूर्वीच स्वप्नात पाहिलंय याची जाणीव करून गेलं होतं. पण त्या स्वप्नातला प्रत्यक्षात दिसणारा पहिलाच माणूस होता याकोब ष्टायनर. हो, हा नक्कीच ष्टायनर. त्याच्या जिवणीच्या डाव्या कडेला, त्यानं तोंड उघडताच झळकणारा वरचा सोन्याचा दात; त्याचं प्रशस्त आणि सपाट (काहीसं हेन्री किसिंजरसारखं) कपाळ; त्याचे पांढरेशुभ्र, लांब, कुरळे केस जे थेट मानेपर्यंत येऊन उलटे वळलेले होते; आणि त्याचे निर्विकार निळे डोळे. हा ष्टायनरच होता.

आणि लोक त्याला याकूब यहुदी म्हणत होते आणि त्याच्याशी चक्क उर्दू किंवा बंबईया हिंदी बोलत होते!

१०

ष्टायनरनं माझ्याकडे पाहिलं पण ओळख दिली नाही. "यह कौन है?" त्यानं विचारलं.

"यह अब्दुल कादिरका बंदा है," एक चमचेवजा माणूस म्हणाला.

"इसको अंदरवाले कमरे में ले जाओ!" याकूब यहुदी ऊर्फ याकोब ष्टायनर म्हणाला. कोणत्याही प्रकारचा प्रतिरोध करण्याची माझ्यात ताकद नव्हती. माझ्या घशाला कोरड पडली होती. पोटात आग पेटली होती. डोकं भणाणलेलं होतं. मला ढकलत नेणाऱ्या दोन धटिंगणांनी पुन्हा चालायला सुरुवात केली. आता

मला ढकलण्याऐवजी ते ओढतच नेत होते असं म्हणावं लागेल. कारण माझे पाय जवळ जवळ निकामी झाले होते. ष्टायनर आणि इतर मंडळी ज्या प्लॅटफॉर्मवर बसली होती त्याच्या उजवीकडे एक दरवाजा होता. त्यातून आम्ही आत शिरलो. आतली खोली थंड होती. तिथला प्रकाश मंद होता. हॉस्पिटलातल्या अतिदक्षता विभागातल्या खोल्यांसारखी ती होती. हॉस्पिटलातलाच पलंग तिथे होता. त्याच पांढऱ्याशुभ्र चादरी. कोपऱ्यात तसलाच ऑक्सिजन सिलिंडर आणि इलेक्टोकार्डियोग्राफ मशीन; सलाईनच्या बाटल्या लावायचा स्टँड; एनॅमलची भांडी; पाहुण्यांसाठी खुर्च्या. एक निळा बल्ब तावदानापलीकडे जळत होता. माझ्या दोघा रक्षकांनी मला अलगद उचलून पलंगावर ठेवलं. एवढ्यात एक मेट्रनवजा बाई आणि एक पोरगेली नर्स आत आल्या. मेट्रनवजा बाई आफ्रिकन वंशाची असावी. तिचे कडक कुरळे केस, जाड ओठ आणि काळा रंग यांवरून ती मला सँडी बेनेटसारखी वाटली. सैंडी बेनेट ही १९७७ साली मला आयोवा सिटी ते सीडर रॅपिड्स अशी रोज गाडीतून नेत-आणत असे आणि त्याबद्दल मी तिला पेट्रोलचा अर्धा खर्च देत असे. अर्ध्या तासाचा प्रवास. पण त्यातही मला सँडीच्या संसारातल्या रोजच्या घडामोडी तपशीलवार ऐकाव्या लागत. सँडी वयानं लहान म्हणजे पंचविशीत होती. पण ती स्थूल आणि बेढब असल्यामुळे तिच्या वयाचा अंदाज येणं अवघड होतं. एवढ्यातच तिचा घटस्फोटही झालेला होता आणि चार वर्षांची मुलगी गळ्यात घेऊन सँडी आपला संसार चालवत होती. पण ही मेट्रन सँडीसारखी वाटली तरी सँडीसारखी अजागळ आणि अघळपघळ अजिबात नव्हती. लष्करी शिस्तीची कडक बाई असावी. तिच्याबरोबर जी पोरसवदा नर्स होती ती लुकडी, चप्पट आणि हातावर खूप लव असलेली होती. तिचे वरचे दात किंचित पुढे होते आणि डोळे खूप मोठे आणि उदास कुत्र्यासारखे मंद. तिच्या गळ्यात एक सोनेरी क्रूस होता. त्यांच्या संभाषणावरून मला कळलं की मेट्रनचं नाव सिस्टर जोसेफ होतं आणि नर्सचं नाव अम्मणी. दोघीही मल्याळी किंवा मल्याळी उच्चारांचं इंग्रजी बोलत होत्या. अत्यंत भराभरा मल्याळी बोलून झाल्यानंतर त्या दोघी माझ्याकडे वळल्या आणि त्यांनी माझे कपडे काढून मला चक्क रोग्याचा पोशाख चढवला. त्यानंतर सिस्टर अम्मणीनं माझ्या डाव्या मांडीत एक इंजेक्शन ठोकलं. आणि त्या दोघीही निघून गेल्या. आता खोलीत कोणीच नव्हतं. की कोणी होतं?

बेंजी म्हणाला, ''टेक इट इझी! तर मग तू याकूब यहुदीला ओळखतोस?''

''डॅम इट, बेंजी! तो याकोब ष्टायनर आहे! त्याचं पात्र मी निर्माण केलेलं आहे!''

''डोंट टॉक लाइक दि ओल्ड वन!'' बेंजी उपरोधानं म्हणाला, ''तू निर्माण केलेलं पात्र म्हणे! तुझं नशीब त्याच्या हातात आहे! मानगुटीवर बसलाय तो तुझ्या! आणि म्हणे 'त्याचं पात्र मी निर्माण केलेलं आहे!'

११

म्हातारपाखाडी हा मुंबईच्या जुन्यात जुन्या भागांपैकी एक भाग आहे. मुंबई बेटावर ब्रिटिशांचं राज्य आल्या वेळेपासून इथं वस्ती आहे. इथली आजची घरं गेल्या शतकात बांधलेली आहेत आणि ती बांधली जाण्यापूर्वी त्याच जागेवर अठराव्या शतकातही घरं होतीच. पोर्तुगीज आणि इंग्रजी वसाहतवादी छापाची घरं खास बांधणीची असतात. त्यांचे जिने, सज्जे, कठडे, फरशा, तुळया, खिडक्या, दरवाजे या सर्वांचीच जातकुळी लक्षात ठेवण्याजोगी असते. तसंच इथली माणसं. आज तुम्हाला जी कॉटनच्या काळ्या-पांढऱ्या प्रिंटेड झग्यात रॉकिंग चेअरमध्ये बसलेली, सुरकुतून गेलेली, एकटक रिकाम्या डोळ्यांची, जर्दाळूच्या रंगाची म्हातारी दिसते तिचं नाव ऑलिशिया असू शकतं आणि १९२०च्या सुमाराला ऐन ज्वानीत एखाद्या ब्रिटिश असिस्टंट कलेक्टरची ती रखेलसुद्धा असू शकत असते. मुंबईतले जुने ईस्ट इंडियन आणि अँग्लो-इंडियन हे फार रहस्यमय आणि एव्हाना जवळपास अदृश्यच झालेले लोक. साधारण एक शतकापूर्वी मुंबईत मोसल, बसरा आणि दमास्कसचे अरब व्यापारीसुद्धा एक-दोन लग्नं करून आपल्या भारतीय मुसलमान बाया ठेवायचे. त्यांची मुलंसुद्धा आता झकेरिया मस्जिदीच्या आसपासच्या गर्दीत मिसळून गेलीत. ज्यू लोकांचं तेच झालं. आर्मे नियनांचं आणि ग्रीकांचं तेच. चिन्यांचं तेच झालं. दुसऱ्या महायुद्धापर्यंत मुंबईचं मूळचं व्यक्तिमत्त्व व्यवस्थित टिकलं होतं. मग मधे एक गोदीतला स्फोट होऊन गेला. एका आरमारात बंडाळी झाली अन् ब्रिटिशांचं धाबंच दणाणलं. मग स्वातंत्र्याच्या हवेत जातीय दंगली उसळल्या. ट्रॅममधून ये-जा करणाऱ्या जनतेला कधी इस्लामच्या धारेखालून तर कधी हिंदुत्वाच्या पात्याखालून मान खाली घालून आणि गर्भगळीत अवस्थेत दैनंदिन प्रवास करावा लागत होता. क्लेअर

रोडच्या आसपासच्या अँग्लो-इंडियन मुली ऑस्ट्रेलिया, कॅनडा, इंग्लंडला जाऊन स्थायिक झाल्या किंवा मग वेश्याव्यवसायापासून थेट मॉडेलिंगपर्यंत भरती झाल्या. पुरुष आफ्रिका, आखाती देश किंवा अन्यत्र निघून गेले. फाळणीनंतर सिंधी आणि पंजाबी लोंढे मुंबईत आले आणि १९६० पर्यंत तर मुंबई सगळ्या भारतालाच खुली झाली. पण सतराव्या शतकापासून ते थेट विसाव्या शतकापर्यंत तीन शतकं मुंबईत युरोप, मध्यपूर्व, दक्षिण आशिया, आग्नेय आणि पूर्व आशिया, आफ्रिका असे सगळीकडचे लोक येत-जात आणि क्वचित स्थायिक होत राहिले. अरब, चिनी, हबशी, इराणी, ज्यू, तुर्क, अफगाण, युरोपियन अशा विविध वंशांच्या आणि मुंबईत सामील होऊन गेलेल्या माणसांचं पुढे काय झालं? तर रक्ताचे धागेदोरे शोधत तुम्हाला म्हातारपाखाडीसारख्या वस्तीत यावं लागलं; माझगाव, डोंगरी, नागपाडा, भेंडीबाजार, कामाठीपुरा, पीला हौस, मदनपुरा, आग्रीपाडा, भायखळा असे गच्च गर्दीचे आणि ढासळण्याएवढ्या वयाच्या इमारतींचे भाग बारकाईनं तपासावे लागतील. म्हातारपाखाडी तसा शांत भाग आहे. तिथं मुंबईच्या मानानं बांधकाम विरळ आहे. झाडी आहे, वाड्या आहेत. जुन्या इमारती, वखारी आहेत. शंभर वर्षांपूर्वीच्या वातावरणात जसेच्या तसे फिट होऊ शकतील असे देखाव्यांचे तुकडे आहेत. अशा भागांत कुठंतरी याकूब यहुदी ऊर्फ याकोब ष्टायनरचा अड्डा असणं उचितच म्हणावं लागेल.

१२

याकोब ष्टायनर, एक पांढरा कोट घातलेला उंच किडकिडीत आणि सोनेरी काड्यांचा चष्मेवाला गोरा डॉक्टर आणि सिस्टर जोसेफ दारातून आत आले.

ष्टायनर लांब उभा राहिला. डॉक्टर मात्र पुढे सरसावला.

“हाऊ आर यू?” त्यानं विचारलं.

“कॅन आय आस्क व्हाय आयॅम हिअर?”

“फार प्रमाणात ड्रग्ज घेतल्यामुळे तुम्हाला विचित्र भास होतायत म्हणून.”

“मला इकडे कोणी आणलं? कोणाच्या अखत्यारात?”

“लिसन. आयॅम ओन्ली अ फिजिशियन हियर. आय डोण्ट ॲन्सर लीगल क्वेश्चन्स!”

सिस्टर जोसेफनं दरम्यान माझं मनगट पकडून नाडी पाहायला सुरुवात

केली होती आणि त्याच वेळी सराईतपणे माझ्या तोंडात थर्मामीटर कोंबलं होतं. त्यामुळेच माझा पुढचा युक्तिवाद अनपेक्षितपणे खुंटून गेला.

सिस्टरचं काम आटोपताच डॉक्टर पुढे सरसावला. त्यानं स्टेथॉस्कोपनं मला तपासलं, माझा रक्तदाब पाहिला आणि मग माझ्या डोळ्यांची तपासणी केली. डॉक्टर उभा राहिला. त्यानं स्वतःशीच मान डोलावली.

"गिव्ह हिम स्टेमेटिल. टेन एमजी इन्ट्रामस्क्युलर!" तो सिस्टरला म्हणाला, "अँड कीप हिम ऑन अ सॅलाइन ड्रिप लेट हिम स्लीप नाव!"

अचानक माझी नजर त्याच्यामागे उभ्या असलेल्या ष्टायनरवर गेली. त्याचे तीक्ष्ण डोळे माझ्यावर रोखलेले होते आणि ते माझ्यातून आरपार पाहतायत असा मला भास झाला.

१३

मला एक विचित्र प्रकारची गुंगी आलेली होती. माझं सगळं शरीर जड आणि स्तब्ध झालेलं होतं. मात्र माझी जाणीव तरल होती. मी एक प्रकारे कैदेतच होतो. अब्दुल कादिर किंवा याकोब ष्टायनर किंवा दोघेही माझे वाटेल ते करू शकत होते. त्यांच्या कचाट्यातून काहीही करून सुटणं भाग होतं.

म्हातारपाखाडीहून पळून जायचं म्हटलं तरी जवळात जवळ मी कुठं जाऊ शकणार होतो? आणि कसा? माझ्या मनात एक विचार आला. इथून जवळात जवळ कुठंतरी दलित पँथरची शाखा असणं शक्य आहे. आणि दलित पँथरच्या शाखेद्वारा मी नामदेव ढसाळशी संपर्क साधू शकलो तर तो नक्कीच मला यातून सोडवील. मुंबईच्या अंडरवर्ल्डमध्ये इतमामानं वावरणारा आपला तेवढा एकच मित्र आहे. बरं नामदेवपाशी संघटना आहे. वेळ पडल्यास त्याची पोरं अब्दुल कादिर किंवा याकूब यहुदीच्या लोकांशी दोन हातसुद्धा करतील. पण बहुधा नामदेव तसली पाळीसुद्धा येऊ द्यायचा नाही. तो गोडीगुलाबीनं रास्त किंमत चुकवून मला सोडवील.

माझं विचारचक्र सुरळीत चाललं होतं.

सगळं काही ष्टायनरवर अवलंबून होतं.

"तू म्हणतोस तूच त्याचं पात्र निर्माण केलंस," बेंजीचा आवाज माझ्या मस्तकात उमटला, "पण ह्या ष्टायनरची पूर्वपीठिका म्हाइताय का तुला?"

‘‘ष्टायनरचा ह्या शतकापूर्वीचा इतिहास कोणालाच ठाऊक नाही. पण ह्या शतकाच्या सुरुवातीपासून तो प्रथम व्हिएन्ना शहरात होता. पहिल्या आणि दुसऱ्या महायुद्धाच्या दरम्यान व्हिएन्ना शहर ही याकोब ष्टायनरची पार्श्वभूमी. ह्या व्हिएन्नाच्या उच्चभ्रू सांस्कृतिक जीवनात ज्यूइश विचारवंतांना काय स्थान होतं ते आपल्याला फ्रॉईड आणि त्याच्या मनोविश्लेषणवादी वर्तुळावरून ठाऊक आहेच. याच सुमाराला व्हिएन्नात लॉजिकल पॉझिटिव्हिझम वगैरेसारख्या नव्या तत्त्वज्ञानात्मक चळवळीसुद्धा सुरू होत होत्या. तू व्हिएन्ना सर्कलचं नाव ऐकलं असशील. रुडॉल्फ कार्नेप वगैरे लोक? तर ह्याच पुरोगामी, बुद्धिजीवी व्हिएन्नातून हिटलरसुद्धा तयार झाला. जर व्हिएन्नात हिटलरच्या प्रतिगामी चित्रकलेला प्रतिसाद मिळाला असता तर म्युनिखला पळून जाऊन पुढे थेट नात्सी जर्मनीचा फ्युहरर व्हायची तरी त्याला काय गरज होती? ह्याच व्हिएन्नात अत्यंत गुप्तपणे काब्बालिस्ट लोकांची एक संघटना चालवली जात होती आणि तिच्या केंद्रस्थानी होता याकोब ष्टायनर. त्याला आदरानं सर्वजण ‘मॅगुस’ म्हणून ओळखत. ‘मॅगुस’ म्हणजे एक प्रकारचा ‘सिद्धपुरुष’. ष्टायनर हजारो वर्षं जगला होता अशी वदंता होती. युरोपच्या इतिहासातल्या दोन्ही महायुद्धांची ‘इत्थंभूत’ भाकितं त्यानं केली होती. भविष्यकाळ त्याला भूतकाळासारखा दिसू शकतो. असा आहे हा याकोब ष्टायनर.’’

‘‘संपलं तुझं ष्टायनरपुरण?’’ बेंजीनं तीव्र उपरोधानं विचारलं, ‘‘आता तुला मी याकूब यहुदीची माहिती सांगतो. तो गूढविद्यांचा साधक आहे हे बरोबर आहे. पण त्याचे साथीदार कोण आहेत ठाऊक आहे? गुदियाश्विहली नावाचा एक जॉर्जियन, पेंट्रोसिऑन नावाचा एक आर्मेनियन, अब्बासी नावाचा एक इराणी, आणि दाऊद अश्रफी नावाचा एक जेरूसलेमचा अरब. हे पाचजण आपल्या मंत्रतंत्राच्या सामर्थ्यावर मुंबईचं पाताळविश्व नाचवतात. मुंबईतलं गँगलँड म्हणजे मठ्ठ लोकांचं, निव्वळ रक्तपिपासू, पैशासाठी अधाशी आणि सांगकाम्या गुन्हेगारांचं जग आहे. मुंबईवर राज्य करतंय ते ह्या काब्बालिस्ट लोकांचं कूटपंचक. समजलं?’’

‘‘नाही समजलं.’’

‘‘स्वतःची कादंबरी तू डोक्यातून काढून टाक. तिच्यातला याकोब ष्टायनर वेगळाच होता.’’

“वेगळा नव्हता तो बेंजी. तो हुबेहूब असाच दिसत होता. हाच होता तो. माझी खात्री आहे.”

“तुला काय वाटतं? तू कुठं आहेस?”

“मी हा इथं म्हातारपाखाडीला याकूब यहुदीच्या अड्ड्यावर आहे!”

बेंजी खदाखदा हसत सुटला. हसतच तो म्हणाला, “बरं. झोपून जा आता. तू स्वतःच्या घरी, स्वतःच्या बिछान्यात उठणारेस! काय? आणि उठल्यावर माझी वही उघडून वाचणारेस. तीनशे छत्तिसाव्या पानावर मी एरिक फ्रॉमच्या अखेरच्या पुस्तकाचा सारांश लिहिलाय आणि चारशे ते विसाव्या पानावर मी एका लघुकथेची कल्पना लिहून ठेवलीय ती जरा वाच. मग तुला पुढलं सगळं कळून येईल. तुला वाटतेय तितकी ही गोष्ट सोपी नाही!”

१४

“फ्रेंच कॉन्सलची रखेली”

असा त्या गोष्टीवर मथळा होता आणि खाली लगेचच सुरुवातीत होती. “खास बायकांसाठी बनवण्यात आलेल्या रेझरनं काखेतले आणि योनीवरले केस काढून झाल्यानंतर मारी-लुईझनं स्वच्छ निर्जंतूक कापसाच्या बोळ्यावर आपलं आवडतं ‘शालिमार’ ओ त्वाले घेऊन तिथली त्वचा पुसून काढली. मग काळ्या लेसची पँटी आणि तसलीच ब्रा चढवून तिनं बाथरूममधल्या दरवाजाएवढ्या आरशात आपलं प्रतिबिंब पाहिलं. अर्थात झ्याकला आपण नेमकी याच्या उलट दिसू - म्हणजे डावी बाजू उजवीकडे आणि उजवी बाजू डावीकडे - याचा तिला विसर पडला नाही. कसा पडला असता? झ्याक भाळला होता तोच मुळी मारी-लुईझच्या डाव्या स्तनाच्या खालच्या गोलार्धावर असलेल्या दाट तपकिरी तिळावर. तिच्या पारदर्शक गुलाबी त्वचेवरच्या त्या तिळाची तो अधाशासारखी चुंबनं घ्यायचा. अजूनही. आता त्यांच्या संबंधाला चांगली तीन वर्षं होऊन गेलेली असली तरी जणू काय प्रथमच नजर पडल्याप्रमाणे...” हे ठरावीक फ्रेंच पद्धतीचं ऊर्फ जुन्या आधुनिक लघुकथेसारखं गुऱ्हाळ पुढे तीन-चार पानं तरी चाललं असेल. मग मात्र माझं लक्ष एकदम मार्सेयच्या पद्धतीचं मच्छीचं सूप हा उल्लेख वाचून उत्तेजित झालं. मारी-लुईझच्या लुसलुशीत संभोगोत्सुक अवयवांपेक्षा मला शेवंड, मोठ्या कोळंब्या, तिसऱ्या, कालवं, मांसल माशांच्या तुकड्या,

साऊटर्न वाईन, केशर, लिंबाचा रस, टोमॅटो, कालवांचा रस, पार्सली, ओरेगॅनो, लसूण, हिरवी मिरची, सेलरी, गाजरं, कांदे आणि ऑलिव्ह ऑइल यांच्या अद्‌भुत रसायनातून उकळी फुटल्यावर मंदाग्नीवर रसरसून तयार केलेलं हे महान फ्रेंच सूप आठवून जिव्हाग्री ओथंबून आलं. मी जे भरमसाट कथावाङ्मय वाचत असतो ते असल्या चवदार सांस्कृतिक तपशिलांसाठी. फ्रेंचाच्या कामशास्त्रापेक्षा फ्रेंचांचं पाकशास्त्र जास्त पुढारलेलं आहे. असो. मारी-लुईझला झ्याकशी वाट पाहत ठेवूनच मी ते पुस्तक बंद केलं आणि बेंजीच्या सल्ल्यानुसार सरळ 'एब्राहाम ची वही' काढण्यासाठी शेल्फकडे गेलो. पण वही तिथं नव्हती. अर्धा तास, एक तास, दीड तास, दोन तास मी वेड्यासारखी ती वही शोधत होतो. ती कुठंच नव्हती. अखेर ती मला सापडली ती कचऱ्याच्या टोपलीत. तिच्या कव्हराचे पुठ्ठे फाडून टाकण्यात आलेले होते. आतल्या पानांपैकी फक्त कोरी पानं शिल्लक ठेवण्यात आलेली होती. बेंजीच्या हस्ताक्षरातलं पान न पान गायब झालेलं होतं. मला प्रचंड धक्का बसला. माझे हातपायच गळून गेले. माझ्या घशाला कोरड पडली. माझ्या छातीत कसंसंच व्हायला लागलं. कोणीतरी माझ्या घरात घुसून दरोडा घातला होता आणि एब्राहामची वही, त्या वहीतली नेमकी महत्त्वाची पानं चोरून नेलेली होती. मी हबकूनच गेलो.

१५

वेताच्या झोपाळेवजा खुर्चीत बसून मोरपिशी लुंगी नेसलेला उघडाबंब नामदेव ढसाळ झोके घेत होता. त्याचं अवाढव्य पोट त्याच्या मांडीवर चपखल बसलेलं होतं आणि आलटून-पालटून तो एखाद्या भव्य आफ्रिकन काकाकुव्यासारखा आणि सतराव्या शतकातल्या ॲटलँटिक महासागरातल्या स्पॅनिश चाच्यासारखा दिसत होता. मला बघताच त्यानं मल्लिकाला हाक मारली आणि एका पँथराला ब्रँडीची बाटली आणायला पिटाळलं.

"मामला गंभीर आहे, नाम्या," मी म्हणालो.

"अरे! आपण आहोत ना च्यायला! कसली काळजी करतोस? काय मर्डरबिर्डर करून आला नाहीस ना? किंवा बलात्कार?"

"नाम्या, तुला याकूब यहुदीबद्दल काय माहिती आहे?"

"कोण याकूब यहुदी?"

"म्हातारपाखाडीचा याकूब यहुदी."

"म्हातारपाखाडीचा? याकूब यहुदी. कुठल्या कादंबरीत वाचलंस तू हे नाव? याकूब यहुदी! अनुप्रास साधलाय! वाः!"

"नाम्या, मामला खरोखरच सीरीयस आहे!"

"अरे? म्हातारपाखाडीचा याकूब यहुदी म्हंजे काय पाध्येवाडीतला भाऊ पाध्ये किंवा सांगवीचा भालचंद्र वना नेमाडे आहे काय? कोण हा? काय करतो? लेखक आहे काय लिटल मॅगॅझीनवाला? कोण याकूब यहुदी?"

"अंडरवर्ल्डमधला कुख्यात माणूस आहे हा नाम्या!"

नामदेव खदाखदा हसत सुटला, "च्यायला, दिलप्या आता तू आमच्या एरियात येऊन आम्हाला इन्फरमेशन द्यायला लागलास? तीही ह्या वयात? फिरकी घेतोस काय?"

इतक्यात मल्लिका आली.

"हे काय? कधी आलात? विजू कुठं आहे? आता जेवूनच जा. मी पापलेटं तळतेय! नामदेव, त्यांच्यासाठी ड्रिंक मागवलंस का? मलाही बियर पायजे चांगली थंड! बरं झालं. काय म्हणताय? नवं पिक्चर केव्हा सुरू करताय?" मशीनगनच्या फैरी झडाव्यात तशी मल्लिकाची वाक्यं आमच्या अगोदरच्या संभाषणाची चाळण उडवून गेली. ही नवरा-बायको मला सीरीयस घेईनात. परिणामी सहा तासांनंतर भरपूर पिऊन आणि जेवून झोकांड्या खात मी टॅक्सीत बसलो आणि शिवडीला माझ्या मेव्हण्याकडे गेलो.

१६

"दादामामा, तुला फोन आहे," माझी भाची श्रुती म्हणाली.

मी फोन घेतला.

"हॅलो? कोण?"

"मी ष्टायनर."

"मी एब्राहाम."

पलीकडचा माणूस चकित किंवा स्तंभित झाला असावा. "हॅलो? इज दॅट फोर-वन-टु-सेव्हन-एट-टू-फोर?"

"दॅट्स राइट."

''मुळगावकर?''

''करेक्ट.''

''आय वाँट टु स्पीक टू मिस्टर दिलीप चित्रे.''

''ऑन हिज बिहाफ, दिस इज एब्राहाम बेंजामिन स्पीकिंग : ष्टायनर, यू बॅस्टर्ड!''

''एब्राहाम हू?''

''यू नो हू, ष्टायनर! आता ऐक'' ही गोष्ट संपल्याशिवाय राहायची नाही! हॅलो? हॅलो? आर यू स्टिल देअर, ष्टायनर?''

''राँग नंबर.'' क्लिक्.

* * *

www.ingramcontent.com/pod-product-compliance
Lightning Source LLC
LaVergne TN
LVHW020133230825
819400LV00034B/1132